MUNGU anaponya

Neno la milele,

Mungu mmoja, Roho huru,

ananena kupitia Gabriele,

kama vile pia alivyonena kupitia

manabii wote wa Mungu:

Abrahamu, Musa, Isaya, Yobu, Elia

na Yesu wa Nazareti,

Kristo wa Mungu

MUNGU anaponya

Gabriele

Gabriele Publishing
The Word

MUNGU anaponya

First Edition in Swahili: December 2022
1ᵉʳᵉ édition en Swahili: Décembre 2022

Translated from the original German title:
Traduit de l'allemand, titre original:
GOTT heilt

The German edition is the work of reference
for all questions regarding the meaning of the contents
Pour toute question se rapportant au sens,
l'édition allemande fait autorité

All Rights Reserved / Tous droits réservés
All decorative letters / Toutes les lettrines
© Gabriele-Verlag Das Wort GmbH

Order No./ N° de comm.: S309TBSWPOD
ISBN: 978-3-96446-377-7

Yaliyomo

Uponyaji

eno hilo linadokeza mambo mengi ambayo watu wanahusisha na waliyohusisha muda wote nalo!

Uponyaji

Je! Moyoni mwa mwanadamu hamna matumaini na tamaa chungu nzima kutokana na neno uponyaji!

Uponyaji huleta nafuu, faraja na ukombozi, uponyaji huleta amani mahali panapo kasoro. Neno «uponyaji» linamaanisha mchakato unaoongoza kwenye afya na sio hatima ya mchakato huu ambayo ni tendo la mtu kupona.

Ni nani asiyehitaji uponyaji?

Ni nani asiyelalamika kuhusu tatizo kubwa zaidi la kiafya ambalo angelitamani likome?

Mtu aliye bado na moyo mkunjufu hutambua kwamba uponyaji, mchakato wa uponyaji na kuponywa, vinahusiana na mpangilio asilia wa utu wa ndani. Uponyaji, kwa mjibu wa maana yake ya kina kabisa, hugusa nyanja za nafsi zinazounda asili ya mwanadamu na ambamo mna uzima wake halisi.

Twawezaje kuwasiliana na
chemchemi ya nguvu za uponyaji?

Nguvu kuu mno ndani ya mwanadamu ni Roho. Mungu ndiye nguvu ya msingi ya kila kiumbe.

Roho huyo wa kimungu wa ulimwenguni pote ni uzima ndani ya aina zote za viumbe, hata pia ndani ya aina zote za viumbe vyenye maada.

Pumzi yake iliyo uzima hutia uhai nafsi na kila seli ya mwili wa mwanadamu. Kwa hiyo Roho ni uhai, nguvu ya uzima, nguvu inayotibu. Ikiwa tunataka kupata uponyaji kupitia Roho, ni lazima tuupe uhai kila kitu kinachohusiana na mchakato wa uponyaji, yaani, kujaza uhai mawazo na maneno yetu.

Watu wengi husema, «Ni lazima nipone, ndiyo, nataka kupona». Walakini, wakati huo huo, wanatilia shaka uponyaji wao. Wanazungumzia kuhusu «uponyaji» na «kupona» lakini hawajui kwamba wakati huo huo, ndani kabisa, katika hisia na mawazo, wana shaka kuhusu uponyaji. Kwa kufanya hivyo, wanagonganisha hisia na mawazo isiyo na matumaini na tena inayojaa mashaka na maneno chanya ya «tiba» na «kupona». Matokeo yake ni kwamba, nguvu chanya za maneno «uponyaji» na «tiba» zinatiwa kizuizi na haziwezi kutenda kazi tena. Hivyo tunabomoa wenyewe kile tunachokitaka. Hatuupe uzima masemi yetu.

Kila mwanadamu ana nafsi; na nguvu moja ambayo ni Mungu, anaipa uzima aina zote za viumbe.

Ni mara tu tunapofikia kuwa na matumaini kwa Yule aliye wokovu na uponyaji, yaani Mungu, na kujaza maneno hayo na matumaini, muda ambapo hisi, hisia na mawazo yetu,

vilivyo kama nguvu inayotia uhai, vitakapote-
gemea «uponyaji» au «kupona», ndipo maneno
hayo yana nguvu na yanatenda kazi katika nafsi
na katika kila seli ya mwili wetu. Hapo ndipo
yanapoleta uponyaji na tulizo kwa mateso yetu.

Mungu ni Roho, Mungu ni nguvu. Kama vile
aina nyingine zote za viumbe vya kimaada, vitu
duni, mwili wa mwanadamu ni nguvu hafifu,
Roho nzito. Unaketi kwenye kiwango cha mte-
temo wa maada inayolingana nao. Hata hivyo,
Mungu hutia uhai Roho yake na ni hivyo pia
kwa kila mmoja wetu.

Tukijitoa kwa Mungu, Roho, kwa kubadili-
sha hisia na mawazo yetu, kwa kuvitakasa, yaa-
ni, kwa kujitahidi kufikiri kwa namna bora, safi,
nzuri na kudokeza tu yaliyo mema katika hisia
na mawazo yetu, basi tutafikia asili ya uzima,
Roho. Tutajielekeza upande wa chemchemi ya
milele ya nguvu na kupata nafuu na uponyaji.

Ni kwetu sisi wenyewe uamzi wa kujitoa na
kuruhusu mtiririko wa nguvu za Roho ndani
ya maneno «uponyaji» na «kuponywa», hayo

kupitia hisia na mawazo yetu ambavyo hutumika kama transfoma ya nguvu za kimungu zinayoipa uhai neno na kuiacha itende kazi ndani mwetu na karibu nasi kwa maana chanya.

Lakini ikiwa hisia na mawazo yetu si mazuri na tunajiambia, «Natamani kupata tena afya na nguvu», basi maneno hayo hayana nguvu, kwa sababu transfoma – hisia na mawazo – kidhamiri havikuelekezwa kwa dhati upande wa wokovu, upande wa nguvu yaani Mungu. Tunahisi na kufikiri tofauti na maneno yetu. Kwa kufanya hivyo, tunazuia hapo hapo nguvu ambayo ilitaka kuzipa uhai hisia, mawazo na maneno yetu.

Kuona kwamba hisia, hisi na mawazo yetu ni transfoma ya nguvu, ikiwa tunafikiri tu au kuzungumzia kuhusu «uponyaji» bali mambo yaliyomo ndani ya hisia na hisi zetu ipo tofauti kabisa, hatupaswi kutarajia uponyaji au tulizo.

Tunaweza kutumia siku nzima kufikiria na kutamka maneno «uponyaji» na «afya», hatutaweza kufikia lengo hilo ikiwa hatuiongezei nguvu inayochochea uzima, wala hatuamshi maneno na mawazo na hisi na hisia zetu na kwamba hatuongezee nguvu matakwa yetu. Tutabaki wagonjwa na tutaendelea kuwa na wasiwasi, kuteseka na kuwa na bahati mbaya.

Mwanadamu anaweza kuepuka magonjwa, wasiwasi na bahati mbaya ikiwa atafahamu asili yake, ambayo ni Roho, na kutamani maendeleo makubwa ya kiroho kwa kujitahidi kutambua sheria za kiroho za kimungu. Amri kuu, iliyo muhtasari wa amri zote ni upendo.

Uponyaji wa kina na wa kudumu unawezekana tu kwa njia ya Roho na kwa tendo la Roho, kwa maana ndani yake zimo nguvu zote, uzima na wokovu wote.

Kuhusu uamsho na maendeleo ya nguvu inayoponya na ya uzima, nataka tu kutoa ushauri na maelekezo. Lakini mashauri na maelekezo hayo haiwezi kamwe kuwa kamili na ya kutosha na, kwa sababu mambo na hali inayohusika hapa ni nyingi sana, yenye mwiingiliano na ni tofauti na muhimu kama maisha yenyewe.

Zama ya atomu.
Zama ya Mabadiliko ya hewa.
Mtiririko wa nguvu za ulimwenguni kote.
Dunia inayumbayumba.
Ni mahali ipi pa kupata msaada hakika?

Ni vema tuwe na mtazamo wa maisha yetu duniani kwa wakati wetu huu kulingana na muktadha wa ulimwenguni kote.

Tunaishi sasa katika mabadiliko makubwa ya nyakati. Nguvu za ulimwengu zinazidi kutenda kazi ndani ya maisha yetu ya sasa.

Kutokana na sheria ngumu, tusizoweza kufahamu kwa undani wao wote, nguvu hizo hufanya kazi ndani ya Dunia kama vile juu ya uso wake, lakini pia kwenye mfumo mzima wa sayari za jua na husababisha mabadiliko kila mahali. Nguvu hizo pia huamsha magonjwa na bahati mbaya ambavyo bado vinajificha nafsini na pia mwilini mwetu. Tuliunda sababu hizo katika maisha ya awali duniani. Nguvu ya ulimwenguni kote huibua yote ambayo bado haijalipizwa.

Dunia inazunguka kwenye mhimili wake, na kusababisha mabadilisho ya zamu kati ya mchana na usiku. Kulingana na kanuni zingine za ulimwengu zilizopangiliwa tayari, Dunia inazunguka Jua – ambayo hutoa uzima kwa viumbe vyenye maada ya nyenzo – na hivyo kuleta mfuatano kwa zamu wa misimu.

Pia kulingana na kanuni zilizopangiliwa tayari, zama zenye utajiri wa kiroho na nguvu za ulimwenguni kote zinafuatana. Kila enzi mpya ina maisha ya kiroho ya kiwango kikubwa ndani mwake na inamhimiza mwanadamu awe na maisha ya kiroho ya hali ya juu tena. Hivyo ndivyo wengi wetu tunatambua kwamba maisha yetu ya kweli ni ya ulimwenguni kote, yaani ya milele, na kwamba tumefungwa katika maisha ya mwili na kushikiliwa kwenyi sayari ya Dunia kwa muda mfupi, wakati wa uwepo wa muda mfupi tu.

Utu wetu asilia wa milele ni wa mwana wa yule asiye na mwisho, mwana wa Baba wa milele. Hatuna chaguo lingine isipokuwa kugeukia upande wa nguvu hiyo ya ulimwenguni kote, upande wa Mungu, kwa sababu sisi ni wana wa ulimwenguni kote na warithi wa umilele.

Tunaishi katika enzi ya atomu na pia kwa mjibu wa mtazamo wa kiroho, tunaishi katika enzi ya mabadiliko ya kiroho, ambayo hutufanya tugeuke na kututia moyo tuishi maisha ya kiroho na kutafuta kugeukia moyoni mwetu.

Baadhi ya watu hawatambui tena kama maisha ya kimwili ina maana au msaada kwao. Ukweli wa milele unawasisimua watu wengi na hao wanaanza kutafuta maadili na malengo ya juu zaidi. Wanageukia moyoni mwao ili kutafuta wokovu na uzima humo.

Siku zote watu wengi wanaugua, na wengi wana wasiwasi. Wanaishi mara na mara katika hofu ya ugonjwa ambao unaweza kuwalaza kitandani au katika hofu ya kuathiriwa siku moja na mionzi ya kiatomiki. Jinsi hofu inavyoongezeka, ndivyo mwanadamu anavyozidi kutafuta wokovu, usalama, utulivu, matumaini na uaminifu.

Katika wakati huu wa misukosuko, watu wanaishi katika hatari ya kuathirika na miale ya kiatomiki, na magonjwa na kuzoofika kwa mwili na tena wakati huu ambapo hakuna anayejua ikiwa chakula kinachotumiwa ni cha afya au tayari kimejaa sumu, wengi huanza kutafuta wokovu.

Roho wa milele anayeleta wokovu na uzima, yaani Mungu, upendo, hawaachilii wanadamu. Jinsi dhiki ya mwanadamu inavyokua, ndivyo Roho anavyotenda kazi kwa bidii katika ulimwengu huu. Anawafundisha wanae na anawapa unafuu na uponyaji.

Hata hivyo, ni lazima waweze kuthibitisha na kutambua Roho, uzima, Mungu ndani mwao, kama chanzo cha nguvu. Hii ni hatua ya kwanza kuelekea uponyaji wa kiroho. Hatua ya pili ni kutafuta amani na jirani yako na kujitahidi kuwa wadilifu, wasiovunja maadili, katika hisia na mawazo. Basi mtu anayepiga hatua hizo anaanza kuwapenda wenzake ambao nao wanateseka kama yeye. Anakuwa muelewa kwa jirani yake na anashirikiana naye; anamkaribia Mungu, tabibu wa ndani na mponyaji katika Kristo, Mkombozi wetu.

18

Roho ndani mwetu anataka kuwa njia yetu, daktari na mponyaji wetu. Ni Yeye anayetuongoza hadi kwenye vilele vya ulimwengu, kwenye chemchemi ya milele ya raha, kuligana na jinsi tunavyoonyesha utashi mwema na kuweza kujifungua Kwake, kwa nguvu Yake ya uponyaji. Njia pekee ya kufikia hayo ni kupitia Roho. Njia hiyo husabsha maendeleo ya kiroho, wokovu na afya.

Dunia inatawaliwa na mabadiliko ya kila wakati. Nyakati za usoni, mabadiliko yasiyotarajiwa ya jumla na ya kina ya kiwango kikubwa kuliko jinsi tunavyoweza kufikiria, yatawapata wanadamu. Mionzi ya kinyukilia itaongezeka zaidi na maisha yetu duniani yatazidi kuwa hatarini. Hivi karibuni au baadaye, tutatambua kwamba uvumbuzi na ubunifu wa mwanadamu unajitenga mbali sana na utaratibu wa mambo uliyopo mpaka sasa. Tutatambua kuwa mimea pia, majani, matunda na mbogamboga hukumbwa na madhara ambayo mwanadamu alisababisha kutokana na uharibifu huo, hivyo matumizi yao si bora tena sana.

Mwanadamu anapaswa kumgeukia nani muda anapokumbwa na mateso, huzuni na maumivu, wakati mwili wake ukiwa na ugonjwa na kudhoofika? Wako wapi wale wanaoleta nafuu na uponyaji? Je, kuna watu walio na kusudio la kubadili mambo baina ya wale wanaotoa hotuba kubwa zenye matumaini ingawaje hali zote zinaonyesha dalili za hatari kubwa kwa maisha ya viumbe ulimwenguni? Kwa sasa, wana bado nyadhifa za uongozi. Lakini wakati dhiki itakapoongezeka kwa watu, wakati maradhi ya kudhoofika kwa miili vitakapoenea, wao pia watalazimishwa kunyamaza, na hatimaye kumgeukia Yule aliye uzima, Yule aliye juu ya ulimwengu wa muda huu, juu ya ugonjwa, juu ya dhiki, na mashaka: Tabibu na mponyaji wa ndani, Roho, Mungu, mwokozi wa uzima wa nafsi yetu, Yule anayeleta uponyaji mwilini mwetu.

Nyakati hizi ambazo hatari ya janga za kinyukilia inaongezeka, baadhi ya watu watatambua enzi ya mabadiliko ambamo Roho anajifunua na utukufu mwingi. Ila waliobaki bado wajinga, na wasio na uamsho wa ndani watalia, watalalamika na kung'angania kile kinachodhaniwa kuwa cha muhimu mpaka sasa. Kwao pia dunia itaangamia, kwani kile ambacho kilikuwa kinawapa usalama kitayumbayumba na kutumbukia katika machafuko. Tegemeo lao la mwisho litanyanganywa, na raha ndogo waliokuwa nayo itasitishwa. Kwa sababu ya kuwa wenye kupotea, watajiswali ni mahali ipi watapata msaada na kimbilio maishani mwao.

Hata hivyo, mtu mwenye akili anajua ni wapi pa kutafuta na kupata msaada halisi na ulimwengu wa kweli. Anajua kwamba kifo cha mwili sio mwisho wa uzima, bali ni njia inayoelekea kwenye hatua inayofuata njia ya uzima wa nafsi ambayo inaendelea kuishi na hali zote za giza na za nuru ya maisha yake ya awali duniani.

Hakuna kinachopotea. Apandacho mwanadamu ndicho atakachokivuna isipokuwa tu akijitahidi kujichunguza na kutambua mambo mabaya ya ndani mwake. Baadaye anaweza kufahamu upesi sana tabia zake potovu, kutambua ukiukaji wake wa sheria ya Mungu na mara moja kujitahidi kuyarekebisha. Tuseme basi kwamba hayo ni maisha ya kiroho yenye dhamiri safi.

Ajuaye kwamba kila kitu ni nguvu na kwamba hakuna nguvu inayopotea, pia anajua kwamba kila jambo tunalolitoa linaturudilia: nguvu, hisia, mawazo, maneno, matendo, tendo nzuri au mbaya, hofu, chuki, wivu, uadui na wivu. Kwa mujibu wa njia yetu ya kufikiri na kutenda, hayo yote basi hupenya nafsi zetu na kujionesha, katika miili yetu. Kwani tulichokipanda kinadhihirika katika maisha haya au katika mengine kupitia mwili wetu, au hata katika mazingira ya utakaso ya akhera.

Mtu anayeelewa kuwa hakuna kitu kinachopotea, hakuna kinachotokomea, anajitolea kutafuta chimbuko la mambo ndani mwake mwenyewe, anajichambua. Anaanza kufuata sheria ya Mungu na ya milele na kurudi kwenye nchi yake ya kweli, nchi ya kiroho.

Kwa kujifunza kujielewa yeye mwenyewe na kurekebisha hali mbovu alizozitambua, nafsi yake hutakasika. Hivyo anafikia kumjua Mungu na kujihisi salama katika Kristo. Hofu yake inakwisha, kwa sababu hatafutii tena usalama nje. Anaelewa kwamba furaha na huzuni havitokei ndani, havitoki kwa Roho wa milele, lakini kwamba ni yeye mwenyewe aliyebuni nguvu

hizi ambazo pia ni vishindo vinavyofunika ten-
do la Roho na kujidhihirisha mwilini mwake.

Yote yanayotufikia, furaha au huzuni, amani,
maelewano au ugonjwa, bahati mbaya, upweke
na dhiki, tumeipata au tumeisababisha wenyewe
kupitia mawazo na matendo yetu, mema au
mabaya, yanayolingana nayo.

Kwa hiyo sisi wenyewe ndiyo wabunifu wa
maisha yetu.

Mwanadamu yumo ndani ya shule ya maisha. Kwake, Dunia ni mahali pa majifunzo ambapo anaweza kubadilika. Ni lazima tutambue fursa hiyo na kujitahidi kutakasa roho zetu zilizo urithi wetu wa ulimwenguni kote, kwa kujitoa, tayari kama wanadamu, kwa lengo halisi la maisha, huku tukiamsha ndani mwetu nguvu za kiroho, nguvu za Mungu, ambazo pia zinaponya, ili zitiririke kwa wingi zaidi ndani mwetu.

Ni lazima tufanye bidii kwa kurekebisha hali zetu mbovu ili tuweze kuzaliwa upya katika Roho, kupata wokovu wa ndani na hivyo kupata uponyaji utokao kwa Roho. Ni lazima tuheshimu sheria ya uzima. Kwa njia hiyo tutaizibua ndani mwetu chemchemi inayotaka kunywesha kila seli ya mwili wetu.

Kila kitu kimo ndani mwetu; mponyaji wa ulimwengu kote ni Roho anayekaa ndani kabisa ya nafsi zetu. Yeye ndiye nguvu inayoponya roho na mtu. Nguvu hiyo ya ndani, nguvu ya uzima na nguvu ya uponyaji nafsini na pia mwilini mwetu, inaweza kutenda kazi katika sala na katika tafakuri, kwa kiwango cha juu cha ukimya wa ndani.

Hata hivyo, kusali kunamaanisha kwamba ninatekeleza maishani mwangu sala ninayotoa na mahitaji yote niliyotia katika sala yangu. Ikiwa ninaomba uponyaji, lazima nikuze mawazo ya uponyaji na kuacha kuzungumza juu ya ugonjwa. Nikiomba amani, ni lazima nimsamehe jirani yangu na kumwomba msamaha. Mawazo chanya, yasiyo na ubinafsi ninayotoa kwa jirani yangu katika kuona tu mambo mema ndani mwake, huzaa amani ndani mwangu. Ninapoanza kumpenda jirani yangu badala ya kumfokea kuhusu makosa na udhaifu wake, upendo huo na maombi yangu hufungua moyo wangu.

Kuomba vema siku zote kunaenda sambamba na mwenendo mzuri maishani.

Ninafikia ukimya wa kina ikiwa nina hisia na mawazo safi, ikiwa pia ninaona mazuri kwa jirani yangu na kwamba ninafanya mema na kutenda bila ubinafsi. Kwa hiyo kimya kinaingia ndani mwangu. Hisia na fikra zangu hasi hufifia.Ninanena tu yaliyo muhimu, yaliyo bora na yanayofaa. Hivyo ndivyo viwango vya juu vya ukimya. Hayo hayamaanishi kwamba hatufikiri tena, kwamba ukimya wa kiakili unatawala ndani mwetu kabisa. Hakika, ndani mwangu mnaweza kuwa na fikra zisizo na ubinafsi, fikra bora, zinazotawaliwa na Mungu. Huo pia ndio ukimya.

Kwa kuweza kujikomboa kutoka mawazo na matamanio yetu potovu, ni lazima kwanza tuwe kimya ndani mwetu. Roho mweza yote, nguvu ya ndani ya wokovu na uzima, basi anaweza kuanza kufanya kazi kwa nguvu sana ndani mwetu. Tunapata uponyaji kutokea ndani na kurejesha afya. Kutegemea mchakato huo wa uponyaji kunaomba kuchukua mwelekeo mpya na kubadilisha namna ya kufikiri.

Kila wazo linalenga kutotimilika kwake

Uzima ni mtetemo. Ukweli huo wa kimsingi ni wa ulimwengu kote. Katika maisha ya mwanadamu, mawazo yetu ni mitetemo ambayo ni chimbuko la raha na shida zetu.

Fikra ni nguvu kubwa.

Fikra zetu mbaya hugeuka ukweli, isipokuwa tu tukijihadhari pa wakati kwa kuzitolea nuru ya ndani, tukiomba kusamehewa na kuombea marekebisho ya fikra. Kwa hiyo tutawekwa huru kutoka uovu tuliotia ndani ya nuru na ambao vinginevyo ungeturudilia.

Mawazo ni kama mbegu. Yanachukua mizizi, yanakua na kuzaa matunda yanayolingana na aina zao, yaani matunda yanayolingana na mawazo, maneno na matendo yetu.

Ikiwa mnataka kuwa na furaha na kuwa na afya, maelewano, amani, upendo na furaha, lazima kwanza tupande mambo kama na hali hizo kupitia hisia, mawazo na matendo yetu.

Kwa kufikia uponyaji wa ndani, ni lazima tufahamu kikamilifu kwamba mawazo yote – chanya au hasi – huwa yanatimia. Jinsi fikra ilivyo nzito, ndivyo ilivyo na nguvu zaidi na ndivyo athari zake zinavyoongezeka kwa roho na mwili wetu.

Kwa mfano, tukitia tamaa, matamanio, na mapenzi yetu yote kwenye wazo, basi msukumo mdogo kutoka mawazo – mara nyingi kutoka kwenye ufahamu duni – utaisukuma wazo hilo katika fahamu, katika ukweli wa mambo ambapo itatuweka watumwa na kutusumbua. Tukijichunguza, tutatambua kwamba maadamu tunabaki kuwa watumwa wa mawazo yetu mabaya, sisi ni watu wenye tamaa ya maisha.

Lazima tutambue kwamba kila ugonjwa, usumbufu au bahati mbaya ni matokeo ya hisia, mawazo, maneno na matendo yetu wenyewe. Kupitia mawazo yetu, tunaunda wenyewe nguvu chanya zinazoruhusu nafsi yetu kustawi, kupona na kuleta amani na afya kwa mwili wetu. Sisi wenyewe pia tunaunda nafasi ya nguvu mbovu ambazo zinatushawishi na kutia dosari nafsi yetu na kuzusha mawazo mengine, yaani kuvutia mambo mamoja au inayofanana na mambo yaliyo ndani ya mawazo. Mambo tunayovuta na kudumisha hivyo kwa kurejesha mawazo hiyo hiyo, huchukua nafasi ndani mwetu na inatushawishi sana siku zote, hayo kulingana na marudio ya mambo hayo akilini.

Kuwepo nafsini mwetu kwa chembe za mateso, za wasiwasi, kunatosha, kwa kuiongezea nguvu na kuifanya iwe kubwa mno kutokana na msukumo wa nje. Tunaanza kufikiria kitu fulani, bila kudhibiti mawazo yetu na hivyo tunaingia kwenye marudio ya fikra ambayo kila mara tunaongezea mambo sawa na ya mbeleni au inayoyafanana. Kwa namna hiyo, nguvu hasi hukua na kuathiri mwili wetu, na kusababisha hivyo bahati mbaya, mateso, dhiki au magonjwa.

Fikra nzuri au chanya huipandisha roho na mwili kwenye uwanja wa juu wa mtetemo. Kudhibiti vema fikra zako ni kuongoza vema maisha yako

Ndiyo sababu kuthibiti vema fikra zako ni kuongoza vema maisha yako. Hayo yana maana kwamba kufikiri vema ni kuishi vema. Mtu asiyechunguza mawazo na asiyejidhibiti mwenyewe pia anapotoka kutokana na nguvu za ushawishi za mazingira ambamo anaishi, kwa maana mawazo na maoni hutokana na ushawishi wa mazingira iliyoundwa na watu wenzetu. Tusipojifunza kujilinda na mawazo yetu wenyewe, mawazo na maoni ya majirani zetu yanaweza kuingia ufahamuni mwetu na kujaribu kutuongoza. Tukikuza mawazo hayo, yanaweza kutenda ndani mwetu na kusababisha magonjwa ya kiakili au ya mwili.

Lazima tufikie ufahamu wa kweli kwamba hisia na mawazo yote huchochea michakato katika ubongo ambayo kwa upande wao hutenda kazi ndani ya seli na viungo vyote vya mwili wetu. Kila seli ina ufahamu ambao tunaweza, kwa mfano, kuamsha na kuchochea vyema kwa kuitolea fikra za afya. Kadhalika pia, neva, viungo vya ndani, tezi na homoni, zote zina ufahamu wao wenyewe. Kwa hivyo tunaweza kuathiri mwili wetu wote na mawazo. Jinsi hisia na mawazo yetu yanavyozidi kuwa mazuri ndivyo roho na mwili wetu unavyokuwa safi. Kwa namna hiyo tunafikia sehemu ya juu zaidi ya mtetemo na kwa hivyo tunazingirwa kwa urahisi zaidi na fikra za kiwango cha juu, fikra nzuri na bora.

Hali hiyo haiwezi kujitokeza yenyewe. Ni lazima tufanye juhudi na kuongoza vema maisha yetu. Tunapaswa kuibadilisha ili ipate hekima na nguvu. Kwa kufanya hivyo, lazima uishi kwa uangalifu! Nguvu chanya basi itabadilisha nguvu hasi au mbovu zinatushikilia bila ya sisi, mara nyingi, kuzitambua. Hivyo basi tutajazwa na kuishi kikamilifu, kwa uangalifu, kila siku, kila saa na kila dakika, hali hiyo itatufanya kuwa wenye raha kwa sababu kwa kufanya hivyo tunapata nguvu nzuri. Nguvu hizi huboresha maisha yetu na tunazidi kutimiza mapenzi ya Mungu.

Huenda hata kama tunajaribu kwa bidii ya kiasi gani, mawazo mabaya yaleyale yanaendelea kutusumbua – mambo ambayo bado hatuwezi kuyaondoa na ambayo yanaendelea kurudi kwenye ufahamu wetu. Basi tungepaswa kujiuliza ikiwa kweli tupo tayari katika mawazo yetu kupatanishwa na jirani yetu na pia ikiwa tumeomba msamaha. Iwapo ni hivyo tuendelee kujiswali ikiwa tulifanya hivyo kwa nia ya dhati kabisa na kwa ajili ya kujiweka huru na yote yaliyotokea au tena kama kuna mambo fulani ambayo hatutaki bado kuacha. Labda bado tunataka kufikia kitu fulani au tuna wivu kidogo kwa jirani yetu au tunataka kuamsha huruma kwa kujiweka katika nafasi ya mwathirika?

Basi, kwa upendo kamili, tukichunga chembe ndogo ya mawazo hasi au maovu ndani mwetu, itatutesa. Jinsi tunavyoirudilia, ndivyo tunavyojenga nguvu mbovu mpya ambazo zitatuathiri zaidi sana. Hapo itabidi tutambue kwamba mpango wetu wa kuomba msamaha au kusamehe shingo upande haukufanikiwa. Kwa kweli, sisi wenyewe tunawajibika kwa hilo, kwa sababu hatukutaka kuacha mambo yote kabisa, tuliweka mabaki ya mawazo mabaya ambayo tulitaka, mwishowe, kujipatia thamani nayo. Tuliyaongezea nguvu na mawazo mapya na kwa hivyo tukaunda muundo mpya wa nguvu ambao unatushawishi kama hapo awali.

Hata hivyo, ikiwa tunataka kurekebisha kwenye fikra mbovu ndogo zilizobaki ndani mwetu, tukitaka kuyaacha kabisa, basi tunaweza kutumia msaada wa dhamiri, kwa mfano: «Kwa msaada wa nguvu ya Kristo ndani mwangu, kila kitu kinawezekana.»

Tukirudilia msaada huo wa dhamiri mara kadhaa kwa siku, kabla ya kulala na vile vile wakati wa kuamka, basi tunapata, kiroho na kimwili, mtetemo wa juu na hatua kwa hatua tunaweza kujikomboa kutoka kwa mabaki haya ya mawazo ambayo yalikuwa yanatafuta kutushawishi.

Msaada huo wa dhamiri «Kwa nguvu ya Kristo ndani mwangu, mambo yote yanawezekana kwangu», tunapaswa kuutamka kwa hisia ya uhakika wa kina na imani tulivu. Kisha, kulingana na kiwango cha bidii ya kumgeukia Roho wa Kristo, tutapata nguvu tunazohitaji ili kushinda kile ambacho ni lazima tukishinde.

Mambo tunayoyadhani hutenda kazi moja kwa moja mwilini mwetu. Tukifikiri, kwa mfano, «Nimechoka», mishipa na misuli hurekodi msukumo huo na kuubadili kuwa uchovu unaoonekana. Vile vile ni kweli tunapofikiri «Mimi ni mgonjwa», viungo vyetu dhaifu na mambo maovu ya nafsi yetu basi husajili hakikisho hiyo. Kwa hiyo sisi wenyewe tunageuza mawazo hayo kuwa magonjwa.

Ni lazima tuwe macho kila mara na kujitahidi kubadili mawazo yetu hasi na mawazo chanya, mawazo ya kujiamini na ya ujasiri. Kwa hiyo basi Roho wa milele ndani mwetu atakuwa hai. Tutapokea daima nguvu nyingi za kiroho na za kimwili. Tukiwa na akili timamu, yenye mwelekeo chanya na makini, tutabaki na uhai wetu.

Mungu ndiye chemchemi ya nguvu zote, nishati ya atomiki na ya umeme, na nguvu ya roho na miili yetu. Nguvu zote hutoka ndani, kwa Mwenyezi Mungu, Muumba wetu. Anawatia nguvu wale waliochoka, anawatia nguvu wagonjwa na kuwaponya magonjwa yao, hayo kulingana na bidii ya kila mmoja ya kumgeukia Yeye, kulingana na mawazo na maisha yake.

Yote yaliyo mema, safi, adhimu, nguvu zote chanya, hutoka ndani sana ya nafsi yetu, yanatokea kwenye kiini cha msingi kisichobadilika, yanatokea kwa Mungu.

Tukifuata sheria ya Mungu, na tukiwa na uhusiano mwema na nguvu zote, siyo tu kwamba tutahifadhi nguvu yetu ya ubunifu lakini tena nguvu hiyo itaendelea kuongezeka. Lakini tukikata mawasiliano na Mungu, kwa kufikiria na kutenda kwa hali ya kiutu sana, kwa hali ya uovu, tukipanda chuki, kijicho na mafarakano, tukichochea fikra za wivu, tutapoteza nguvu kiroho na kimwili.

Kifaa cha umeme hufanya kazi tu kikiwa kimeunganishwa na mkondo wa umeme. Ila Ikiwa umeme umekatwa, kifaa hakifanyi kazi tena.

Ni mamoja pia kwa wanadamu. Tukitenda kinyume na sheria ya ulimwengu kote, dhidi ya nguvu za maisha, kwa kutoweka kwa dhati maisha yetu mikononi mwa Roho na kwa kuishi maisha isiyo na nidhamu, nguvu za kiroho hupunguka nafsini na mwilini. Jinsi nguvu zinavyopunguka, ndivyo viungo hudhoofika na hivyo huwa tayari kupatwa na maradhi. Uzaifu utatukumba, mtetemo wetu utapunguka. Kwa hivyo tutazama katika hali hatarishi ambapo, kulingana na kiwango chetu cha mtetemo, tunanyonya virusi na bakteria hatari.

Akili yetu ikifuta hisia na mawazo hasi yaliyokuwa yakiijaza, itatenda kazi vema zaidi na itakuwa na nguvu zaidi kuliko jinsi ilivyokuwa imejaa mawazo ya maovu na ya kukata tamaa.

Tufanye jaribio hili, lina thamani yake: kwa saa ishirini na nne, hebu tujaribu kufikiri na kuzungumza juu ya kila kitu kwa njia nzuri na yenye matumaini, iwe ni kuhusu kazi yetu, afya yetu au maisha yetu ya baadaye. Mwanzo hautakuwa rahisi, haswa ikiwa hadi sasa tumezoea hisia, mawazo na maneno mabaya. Ni lazima tujikomboe toka hisia, mawazo na maneno mabaya, hata kama hayo yanatulazimisha bidii kubwa ya utashi. Kwa muda ule, nguvu chanya tulizozihitaji zitatusaidia. Hiyo ndiyo njia pekee ya kupata amani na kuwa tayari kukaribisha mkondo mtakatifu, yaani Mungu.

Chemchemi ya nguvu ya awali hutoa bila kuchoka nguvu chanya, nguvu zinazojenga. Inatolea nguvu kila kitu, watu wote na aina zote za viumbe.

Hata hivyo wengi hutumia vibaya nguvu chanya. Kutokana na hisia, mawazo, maneno na matendo yao yaliyo kinyume na sheria ya Mungu, nguvu hizo hubadilishwa na kugeuzwa kuwa mitetemo hafifu na duni. Mungu haingilii kati jambo hilo, kwa sababu ni lazima turudilie mapenzi yake, nguvu safi na ya awali ya kimungu, kwa kutokujali mapenzi yetu wenyewe, kwa kutambua tabia yetu mbaya.

Walakini, ikiwa tunajifungua kwa mkondo wa milele, kwa Mungu, kwa kuamsha nguvu nzuri kupitia tabia zetu zote, kwa hisia, mawazo, maneno na matendo, basi nguvu hizo huja kwetu kutumikia roho na mwili wetu.

Ikiwa tunataka kupata afya na kuchochea mwili wetu kupona kupitia nguvu za Roho, ni lazima tufuate sheria hizo za uzima: Nguvu mbaya, zilizoharibika zina uwezo wa kusumbua nafsi na mwili. Kinyume chake, nguvu nzuri, safi, za kimungu huimarisha mwili na nafsi, na hivyo huleta afya. Uponyaji basi unaweza kutokea ndani na kwenda nje, kupitia nguvu za Mungu ndani mwetu.

Kwa hiyo ni lazima kwanza tujitoe kwa nguvu chanya, kwa kuzishinda nguvu zetu hasi ambazo ni hisia, mawazo, maneno na matendo mabaya, kwa kuvipinga na mawazo, maneno na matendo chanya, ya uthibitisho, yenye kujenga. Baadaye, tutaweza kukaribisha ndani mwetu nguvu chanya ambayo pia ni nguvu ya uponyaji na ya uzima.

Hivyo, kabla ya kuamsha nguvu za ndani, ni lazima tujikomboe toka fikra mbovu, kufuta akilini wazo lote linalotukumbusha ugonjwa, la sivyo, mawazo hayo yanaweza kusababisha maradhi mengine au kudumisha ugonjwa mwilini.

Ni mamoja pia kwa shida, magumu, hali mbovu na bahati mbaya yote. Tukisimulia kuhusu mzigo tunaopasa kuubeba leo, basi tutaendelea kuubeba au tena kuuongezea uzito.

Fikra ni nguvu. Jinsi tutakavyoendelea kuwa na wazo fulani, ndivyo itakavyokuwa kubwa na kutulemea.

Hata kama jambo hili si rahisi, wakati tunapoteswa, tungelipaswa kutambua kwamba kwa msaada wa fikra chanya, tunaweza kushinda maovu mengi ndani mwetu au kujiandaa kupokea nguvu chanya. Tuwe na ujasiri wa kuchukua maumivu, ugonjwa, magumu na shida zetu hutokana na baadhi ya sheria! Tujaribu kuwa na matumaini kwa uwezo na nguvu ya Roho anayeweza yote. Tutaweza kutapata basi maarifa kwamba nguvu ya Mungu ipo, inaleta nafuu, inaponya, inatusaidia na kutuongoza.

Kwa kuwa tayari kupokea tendo la ulimwenguni pote, kupokea nguvu za uponyaji na za uzima, ni lazima tutambue kwamba tuna ndani mwetu chanzo cha kile kisicho na mwisho. Nguvu kuu, isiyoelezeka, isiyodhaniwa hutenda kazi ndani kabisa ya kila mtu, ni nguvu ya kati ya upendo, nguvu ya wokovu wa Mungu.

Tupo wanyonge, wenye dosari na wasio na nguvu mara tu tukithibitisha udhaifu na ukosefu wetu wa nguvu na uwepo wetu wa kibinadamu. Lakini, tofauti na hayo, kwa upande mwingine tukiwa na matumaini kwa nguvu kuu iliyo ndani mwetu, kwa ukamilifu wa asiye na mwisho, tukithibitisha kwa mawazo, maneno na matendo kuwa wana wa Mungu, kuwa na dhamiri ya Baba-Mama ndani mwetu, tukihakikisha nguvu kuu ya upendo, na kutenda kulingana na hakikisho hiyo, basi tutakuwa wenye nguvu na uwezo mwingi. Kile kinachoathiri mwili wetu – shida zetu za muda – zitatoweka polepole. Afya itachukua nafasi ya ugonjwa, uhuru utachukua nafasi ya shida, kutokuwa na ubinafsi kutafuta ubinafsi, upendo wa Mungu utachukua nafasi ya kujipendelea.

Tunapaswa kuhisi heshima kubwa kwa nguvu kuu hiyo inayoishi ndani mwetu. Heshima hiyo pia inajionyesha katika msimamo wa mwili. Hali nyofu ya mwili hushuhudia utu nyofu. Tungepaswa kujitahidi kuwa na msimamo mnyofu, ili utu wetu wa ndani uweze kujitokeza kwa urahisi na kwa haraka zaidi, na sio kuonyesha nje hali tusiyo nayo ndani mwetu.

Kwa kuruhusu nguvu za ulimwenguni kote, nguvu za uponyaji na za uzima kutenda kazi ndani mwetu, tunapaswa kuwa na msimamo wa mwili unaoruhusu mtiririko huru wa nguvu za Mungu ndani yetu. Kwa hiyo, tunaketi sasa tukiwa na hali nyofu au tunalalia mgongo wetu. Kisha, tunajiandaa kiakili, kwa kutoa mawimbi ya fikra chanya, kama vile: «Nina afya njema», «Ukamilifu wa Mungu umo ndani mwangu»,

«Mimi ni dhamiri ya ulimwenguni kote». Kwa namna hiyo, tunajizingira na nguvu ya uaminifu ambayo nayo inatusaidia kutuongoza vyema, kukaribisha nguvu za uzima.

Ikiwa sasa tunataka kushughulikia dhamiri ya mojawapo ya viungo vyetu, kwa mfano, maini yenye kasoro, tunaweza kuimarisha ufanisi wa mitetemo nzuri wa akili yetu chanya kwa kuweka mkono wetu wa kulia kwenye eneo la maini.

Maelezo machache kuhusu hayo: Kila mwanadamu ni mwili wenye nguvu ambao unapokea na unatoa nguvu. Ufunuo wa awali ulietujulisha kwamba mkono wa kushoto unapokea, ni kama antenna ambayo inachukua nguvu za ulimwenguni kote na kuzipeleka. Hakika, mkono wa kulia pia hupokea, lakini jukumu lake kuu ni kutoa nguvu. Kwa hivyo, tutaweka kitanga cha kiganja cha kulia – ambacho hutoa nguvu zaidi – kwenye sehemu ya mwili wetu na tukitumia mkono wa kushoto kama antena iliyoelekezwa kwenye ulimwengu, nguvu ya ulimwengu basi hutiririka ndani mwetu haraka sana. Kwa njia hiyo, nguvu ya Kristo, inayotenda kazi ndani mwetu, inaamsha mchakato wa tulizo na uponyaji, mbele ya yote nafsini mwetu.

Kwa ajili ya maandalizi ya uponyaji halisi kwa msaada wa nguvu za uponyaji za ulimwengu, tunasimulia na dhamiri ya maini yetu – kwa msaada wa mkono wa kulia unaoendelea kuwekwa kwenye sehemu ya maini, kama ilivyoelezwa hapo juu – tunatamka kwa mfano maneno yafuatayo: «Ini langu, amka kutoka kwenye usingizi wako na fanya kwa uaminifu kazi ulizokabidhiwa. Zalisha kwa kiwango cha kutosha majimaji na timiza kile ambacho Mwenyezi alikuomba: haribu sumu mwilini, kwa kwiwezesha kufanya kazi vizuri.»

Tunaweza pia kusimulia kwa njia ile ile: na kiungo cha usagaji chakula: «mfuko wa kusaga chakula, amka na utekeleze majukumu uliyopewa. Wewe ni kiungo muhimu na hivi karibuni umepuuza majukumu yako. Tangu sasa uwe mwaminifu, timiza wajibu wako. Pia ninathibitisha ndani mwako nguvu chanya zinazotawala kila kitu na nina imani kwamba utatimiza kwa moyo mkunjufu kazi ambayo Mungu Muumba alikukabidhi, ili kuchangia katika kudumisha afya na uhai wa mwili mzima.»

Ikiwa tunajua na kuamini kuwa kila kitu ni nguvu, kwamba kila seli hubeba ndani mwake nguvu ya kiroho na kwamba viumbe vyote vinaishi kutokana na Mungu na kupitia Mungu – nguvu asilia – inawezekana basi kwetu kuchochea nguvu hizo na nguvu chanya na pia kuimarisha nguvu zilizomo katika seli zote za mwili wetu na haswa katika nafsi yetu, ili ziwe hai na kutenda kazi juu ya hali hasi, kama vile ugonjwa au hali mbaya, kwa ajili ya kuzibadilisha ziwe hali chanya.

Hata hivyo, tunaweza kufanya vivyo hivyo katika hali hasi. Lakini, tunaweza pia kutenda kwa namna mbaya. Kupitia mojawapo ya fikra mbovu kama vile ya kutambua uhalisia wa hali kama magonjwa, bahati mbaya, dhiki, kukata tamaa, tunaweza kupunguza kiwango cha nguvu nzuri zilizomo ndani mwetu kiasi kwamba mwili wetu unadhoofika sana. Kiroho, hayo yana maana kwamba kiini cha kati cha nafsi yetu yaani uwezo wetu wa utendaji ambamo nguvu za kimungu zinatiririkia ndani mwetu, inapungua sana utendaji wake na hauna tena sana uwezo wa kuvuta nguvu ya Roho ndani mwetu. Hayo yana maana tena kwamba nafsi yetu inapokea nguvu za uzima kwa kiwango cha chini sana na mwili wetu unazipokea kwa kiwango hafifu tena sana. Viungo vilivyodhoofika vinaongeza uwezekano wa kuathiriwa na ugonjwa kwani vinakosa nguvu za uzima, yaani nguvu za kimungu.

Hivyo kupitia fikra na maneno chanya, inayotupa motisha, tunaweza kusisimua dhamiri ya utendaji ya kiungo fulani na kuiandaa kwa kupokea nguvu za uponyaji na za uzima wa ndani. Urefu wa muda wa maandalizi unategemea ukubwa wa uovu wa nafsi yetu na uhusiano uliopo kati ya hisi na hisia zetu na fikra na maneno yetu chanya. Ikiwa tayari kiungo kinadhoofika sana, mwanzoni kinaweza tu kupokea nguvu chanya chache sana, yaani nguvu za uponyaji na za uzima. Tusikubali kukumbwa na shaka na kuwa wazembe ikiwa mafanikio haijitokezi mapema.

Baada ya kukiandaa kiungo chetu kwa kukielekeza upande wake nguvu chanya muda wa dakika tano au kumi, tungepaswa kukihimiza kiamke kwa mfano kwa kuambia dhamiri ya maini maneno haya:

«Hivi sasa umeamka toka usingizini. Ninakushukuru kwa kujiandaa kupokea masafa ya uponyaji.»

Tunaweza kwa mfano kuhimiza mfuko wetu wa usagaji chakula kwa kuuelekezea mitetemo chanya kama vile maneno ya sifa, kwa mfano:

«Wewe, dhamiri ya mfuko wangu wa kusaga chakula, sasa umeamka. Nina imani nawe. Unatenda kazi vema tena. Mfuko wa usagaji chakula utazalisha tena vema majimaji, matumbotumbo yatatumika tena vizuri, usagaji chakula na uwasilishaji chakula vitatendeka bila shida. Ninashukuru dhamiri ya kiungo hicho.»

Kiungo hakisikii maneno yetu, lakini seli zinazokiunda zinapokea mitetemo chanya inayotolewa na zinajizingira nayo.

Tunaweza kufanya hivyo kwa kila kiungo kwani vyote ni nguvu na Uzima. Kutokana na hisi, hisia, fikra na maneno chanya, tunaweza kuchochea utendaji wa kila kitu kinachoishi ili kitende kazi zaidi. Kwanza tunaamsha kiungo kinachozembea, na tunakishukuru kwa kuamka na kwa kujiandaa kupokea miale zinazoponya za Roho.

Baada ya kushughulikia kwa dhati uamsho wa dhamiri ya kiungo, tunamuomba Mganga na Mponyaji wa kiroho amulike nguvu Zake za uponyaji kwa kiwango kikubwa sana.

Hivyo tunajiweka tayari kwa kupokea nguvu za Roho wa Kristo. Hatukubali hisi au fikra yoyote ile iingie ndani mwetu, na tukiwa wenye kujazwa na imani na utulivu, tunaacha masafa inayoponya itiririke nafsini na mwillini mwetu.

Wakati wa kuhamasisha viungo, kama ilivyoelezewa hapo juu, ikumbukwe kila wakati kwamba mawazo na maneno yetu ya maandalizi hayaelekezwi kwa kiungo, bali kwa dhamiri yake, kwa Roho ambaye hufanya kazi katika kila seli na kusimamia kazi za viungo. Maneno tunayorudilia lazima yatamkwe kiwazi na kwa nguvu. Hayo yanahitaji imani ya kina kwa Bwana, ili hisia zetu zilingane na mawazo na maneno yetu. Ni lazima tuwe na mkazo kwa fikra na maneno yetu. Hiyo ndiyo imani na matumaini kwa Mungu, nguvu ya uponyaji ndani mwetu.

Tunaposhukuru mwili au kiungo, ni lazima tujue kwamba hatuzungumzi nao moja kwa moja lakini tunanena na Roho, ambayo ni uhai halisi, uzima wa nafsi na mwili na ambao hufanya kazi katika kila seli, kila kiungo, na katika mwili wote.

Wala hatupaswi kufikiri pia kwamba dhamiri ya seli inaelewa hamasa tunayoitolea, marudio ya hisia, mawazo na maneno chanya basi itakuwa haina maana. Ni lazima tutambue kwamba si mawazo au maneno kama hayo ndiyo yanayotenda, bali mitetemo iliyo nyuma yao, uthibitisho wa imani na uaminifu tunaouonyesha kupitia mawazo na maneno haya.

Ikiwa yule anayetafuta uponyaji anakariri tu maneno na ndani mwake ana shaka, basi dhamiri ya seli na mfumo wa seli itarekodi tu mitetemo hiyo ya shaka. Kwa hiyo ni hisi na hisia zilizo nyuma ya maneno ndizo za muhimu, ama nyuma ya maneno uaminifu na matumaini, au nyuma ya shaka na kutoaminiana. Mashaka na kutoaminiana havileti uponyaji. Kinyume chake, tunaweza kujifanya wagonjwa zaidi. Kupitia mitetemo ya shaka, tunadhoofisha mwili wetu na kuuleta kwenye uwanja wa mtetemo unaopokea vijidudu viletavyo maradhi na vinavyotawala urefu wa masafa huo.

Hebu tukumbuke na kusisitiza kwa mara nyingine kwamba mawazo ni nguvu zenye uwezo mkubwa sana. Ni watu wachache sana ndio wanafahamu kiwango cha nguvu cha mkazo wa fikra juu ya mtu anayefikiri. Kadiri tunavyodumisha mawazo ya aina moja, yawe mawazo chanya au hasi, ndivyo nguvu zao kwetu zinavyozidi kuwa kubwa mno. Hivyo tunaunda mchanganyiko mkubwa wa mawazo ambao, kama satelaiti, unatusindikiza. Inatosha tu tuwe na wazo moja yenye mtetemo unaofanana na jumla hiyo ya fikra, ili jumla hiyo ya fikra ianze kutenda kazi na kutushawishi. Kwa hiyo tupo kile tunachofikiri; yaani nafsi na mwili wetu vinatawaliwa na mawazo yetu.

Tunazingirwa na fikra hasi yaliyomo ndani kama mikusanyo za fikra. Mambo maovu tuliyotia kwenye mwanga yamo pia ndani mwetu, hayo ni wetu. Hivyo, kwa mfano, inawezekana kwamba kutokana na wazo linalopita akilini mwetu, tuanzishe mawasiliano kati ya uovu wetu na mambo ya mahali pengine yenyi mtetemo unaofanana wazo letu. Kwa hiyo ni lazima tuwe makini na kujichambua mara na mara kwa kujiswali jinsi yalivyo hisia, mawazo na maneno yetu. Hayo ndiyo lazima tupitie maishani mwetu.

Kwa kurudilia nguvu chanya za uponyaji na za uzima, tunaweza pia kuzichochea ndani ya familia zetu. Tunaweza kumtolea jirani yetu, mwanamemba wa familia yetu, mawimbi ya mawazo chanya na kupitia nafsi, kuufanya mwili wake upokee mawimbi ya uponyaji wa Roho. Ikiwa jirani yetu yuko wazi na pia ana mwelekeo kwenye nguvu nzuri, nguvu hizo zitatenda kazi haraka sana ndani mwake kwa sababu yupo tayari kiroho kupokea ndani mwake nguvu hizo zilizotolewa kimawazo au kimaneno.

Nguvu ya kiroho, na ya uponyaji, tunayoihitaji hapa ni nguvu ya Kristo inayofanya kazi ndani mwetu. Kristo ndiye tabibu na mponyaji wa ndani. Nguvu Yake ina uwezo wa kuingia mwilini mwetu na kuondoa maovu yanayo tuathiri.

Hata hivyo, nguvu hiyo inaweza tu kutenda kazi ikiwa tunaweka mawazo yetu ya uponyaji ndani Mwake na kuyajaza na upendo wa kina kwa Yeye aliye mbali na magonjwa yote na shida na anayejua afya tu.

Tungepaswa kufuta kwenye mawazo na maneno yetu msamiati unaohusiana na ugonjwa, kama vile «kuwa mgonjwa», ili mawimbi ya uponyaji wa kiroho yaweze kutimiza matakwa yetu ya uponyaji. Yanainua nafsi na mwili wetu kwa mtetemo wa juu ambao unaruhusu uponyaji wa nafsi yetu kwa tendo la daktari na mponyaji wa kiroho. Na kwa sababu hayo ni muhimu kwa nafsi, mwili wetu pia unapata uponyaji kupitia nafsi.

Kristo, tabibu wa ndani na mponyaji ambaye tunamtolea ombi letu, huponya nafsi kabla ya yote. Iwapo nafsi ina afya bora, basi inawasilisha nguvu nzuri za uponyaji kwa mwili wetu.

Ili Roho wa Kristo atende kazi kwa bidii sana ndani mwetu, ni lazima kwanza kabisa tujitahidi kila siku kuishi kwa utulivu.

Ni katika ukimya ndipo nguvu hutenda kazi, ndipo uponyaji wa roho na mwili wetu unakamilishwa. Hii ndiyo sababu lazima kwanza tufikie ukimya wa ndani, ili mawimbi ya uponyaji wa kiroho yaweze kufanya kazi.

Ikiwa ni vigumu kwetu kupata utulivu huo wa ndani, tusikasirike wala kung'angania kuupata, bali tujithahidi kuwa watulivu na kusitawisha fikra zenye kutuliza. Mwili wetu huwa unajibu hapo hapo kwa aina ya mwendo wa mwili na mawazo yanayotutawala.

Tunaweza pia kutuliza akili yetu kwanza kwa kuituliza mwili wetu, kwa kuzingatia kwa moyo wote mawazo na maneno chanya na yanayoleta amani. Hali ya mwili wetu pia huathiri hali yetu ya ndani na inaweza kuchangia kwa kutuelekeza vema. Tukiwa na wasiwasi, ni vema zaidi kukaa kwenye kiti tukinyooka, kuweka sehemu ya nyuma ya mikono yetu juu ya mapaja,

kupumua kwa kina na kwa utulivu, kuzungum-
za polepole na kwa sauti ndogo sana na dha-
miri yetu. Mazoezi haya madogo husaidia ku-
tupumzisha na kuandaa mwili wetu kwa nguvu
ya uponyaji ambayo inaweza kufanya kazi ndani
mwetu na juu yetu ikiwa hisia, mawazo na hara-
kati zetu ni tulivu na zenye amani.

Tunaweza kuchukua jumla ya hisia zetu kama
uso wa ziwa la maji lililopigwa na dhoruba kali.
Kisha kwa ghafla, upepo ukitulia, na mawimbi
yakitoweka ziwa hurudi kuwa tulivu na laini
kama kioo. Kufikiria mfano huo wa ziwa pia ni
njia ya kutuliza ulimwengu wa hisia zetu. Mivu-
tano na misukosuko ya ndani mwetu yanaweza
basi kutoweka.

Tungepaswa kuipa kipaumbele maalum
dhamiri ya mfumo wetu wa neva. Mti huu wa
uzima ulio ndani ya mwanadamu una jukumu
kubwa mwilini mwetu, na unachangia kwenye
afya au magonjwa. Sababu kadhaa zinawe-
za kuwa chanzo cha kuchanganyikiwa kwetu.
Wasiwasi inaweza kutokana na mkazo wa sasa

wa mishipa yetu au sababu ya zamani ambayo inaweza pia kuwa ya asili ya uovu tuliotenda katika maisha ya awali duniani. Tofauti na hisia na mawazo yetu ya uponyaji, ikiwa mfumo wetu wa neva una shida au umefadhaika, nguvu ya Kristo haiwezi kutiririka vema humo. Nguvu ya Kristo inaweza tu kutiririka ndani ya mwili ikiwa dhamiri ya mfumo wetu wa neva, ambamo unapitia, inatulia.

Hivyo, mkazo wowote unadhuru, iwe kama unasababishwa na namna mbovu ya kufikiri au kutokana na wasiwasi. Ikiwa mfumo wetu wa neva hauna amani, nguvu ya milele, ya amani na inayoleta utulivu haiwezi kutupa msaada, nafuu na uponyaji – jinsi Mungu angetaka iwe hivyo.

Ikiwa unataka kurejelea nguvu za Roho na kuzipa nafasi ya kwanza maishani mwako, ni muhimu kujua kwamba hayo hayafanyiki siku moja baada ya nyingine. Iwe nafsi wala mwanadamu hawezi kwa muda mfupi kuachana na dhana na mazoea yao ya zamani ambayo sasa yana mizizi mirefu.

Wengi miongoni mwa watu wanaoanza kushirikisha nguvu za kiroho za ulimwenguni pote maishani mwao labda watajiswali kwamba madaktari wana umuhimu upi hakika ikiwa nguvu ya kufikia afya kamili imo ndani mwetu?

Siku hizi, watu wengi wanahitaji kumuona daktari. Ni wachache sana, kwa kweli, wanaoweza kuleta badiliko ya kiroho mara moja na kusitawisha imani iliyo hai kiasi kwamba iweze «kuhamisha milima», kama Yesu alivyosema. Hayo yakitumiwa kwa shughuli ya uponyaji, inamaanisha kukuza nguvu za uponyaji za Kristo kama na hizo, zinaweza kusitisha siku moja hadi nyingine hali ya kudhoofika.

Kwa hiyo, hali uthabiti wa utu wetu ndicho kitu cha msingi. Muda wote ambapo tutaguswa na hali ya mwili wetu na kuthibitisha mateso

yetu, tutabaki nayo au kuunda mengine. Laki-
ni, tukitambua kwamba sisi ni wana wa Mungu,
tutapata uzoefu kwamba hatuko tena chini ya
dhiki zote za muda.

Mungu ni mwenye mamlaka yote. Yeye ni
mkamilifu na ameumba viumbe kamili tu. Kwa
hiyo wanae ni wakamilifu.

Hata tuwe wagonjwa, hata tuteseke, hata
tuwe katika dhiki au kuwa na bahati mbaya,
Mungu si muajibikaji wa shida zinazotukumba,
tuliyasababisha sisi wenyewe, tumeyasababisha
kupitia hisia zetu potofu, mawazo, maneno na
vitendo hasi.

Tukipatwa na maumivu makali, hatutawe-
za kusitawisha imani hai ndani mwetu, imani
ambayo inatuzunguka kabisa. Kisha tunapaswa
kushauriana na daktari anayetupa msaada na
kitulizo ili tuweze kuimarisha imani yetu kati-
ka nguvu za ndani, katika Kristo, na kusitawisha
mawazo yanayofaa.

Ikiwa mfumo wetu wa neva unapata nafuu
kwa uwezo wa dawa zilizoitajika, tiba kwa mi-
tishamba, na maumivu yetu ikitulia na mwili

wetu ukipata nguvu fulani, tunaweza basi kuanza kusitawisha nguvu chanya na kukuza ndani mwetu imani na matumaini kwa Kristo.

Daktari akileta msaada kwa uponyanji wa mwili na ikiwa muda huo huo mgonjwa anajiunga na Kristo na kuamsha nguvu nzuri zinazotiririka basi toka ndani mwake, tendo bora kulingana na sheria ya kimungu laweza basi kutimilika ndani mwake. Kwa hiyo, mgonjwa hapingani tena na jitihada za daktari, kwa kuwa na hofu na mashaka juu ya matibabu inayotolewa au ufanisi wa dawa au uwezekano wa tiba. Hivyo daktari na mgonjwa wanatenda kazi pamoja kwa lengo la kupata afya na hali njema.

Ikiwa mgonjwa ana mtazamo mzuri, atathibitisha nguvu za uponyaji za dawa na hivyo kuzifungulia mlango nguvu chanya.

Wakati tumefikia kwa sehemu kubwa maelewano na nguvu za ulimwengu, tunapata tena afya. Ila, tutafanyaje ikiwa siku za usoni kosa lingine la nafsi likisababisha maradhi mwilini mwetu sababu ya ukiukaji wetu wa amri za Mungu katika uzima wa awali, na ikiwa sababu hizo zinatokeza madhara yake tu kwa sasa? Tutampata wapi daktari stadi anayejua jinsi ya kuchanganya tiba ya kiganga na tiba ya kiroho?

Tulipaswa kwanza kumgeukia daima Yule anayejuwa mambo yote, hata kwa mfano kabla ya kuchukua uamuzi wa kumwendea daktari au kwenda hospitalini. Tukiomba kwa dhati, tukijichunguza ndani mwetu na tukitafakari mara kwa mara kwa kupata ukimya na kuongozwa, tutapokea majibu.

Muda huo wa ukimya, wa maombi na wa kutafakari, fikra za kutusaidia zinaweza kuja akilini, fikra zinazotuonyesha hatua ya kufuata na hivyo mara nyingi fikra hizo zinaweza kuwa na ushawishi kuhusu jinsi maendeleo ya ugonjwa huo. Msaada mkubwa unaweza kutufikia tukichukua fursa ya kutekeleza maelekezo ya fikra hizo!

Watu wamoja wanamuendea daktari mara tu wanapojihisi vibaya kidogo kwa lengo la kuhakikisha kuwa moyo, tumbo, mapafu au kiungo kingine chochote kinafanya kazi kama ipasavyo. Hali hiyo inadhihirisha utovu wa uwezo wa kuamsha nguvu za uponyaji ndani mwetu. Hakika hofu ya kuwa mgonjwa inasababisha kujitokeza kwa ugonjwa. Mgonjwa anayeambiwa na daktari wake kwamba kiungo hiki au kile hakifanyi kazi vizuri, hupatwa na wasiwasi. Hiyo basi inasababisha kuongezeka kwa dalili za ugonjwa, kwa sababu kutokana na fikra mbaya, haswa zaidi hofu na wasiwasi, mitetemo ya mifumo hizo za seli hupungua.

Uzima wa fikra zetu, dhamiri yetu, una ushawishi mkubwa juu ya mwili wetu. Kabla ya kumuendea daktari kwa ajili ya matibabu, tungepaswa kujitayarisha kiroho kupitia sala na tafakuri.

Ila, ni upumbavu kumuendea daktari ili tu kuwa na wasiwasi juu ya sehemu hii au ile ya mwili ambayo inaweza kuwa imedhoofika. Baadhi ya madaktari wazuri wanajua nguvu za fikra na wanajua kwamba mara nyingi hali ya wagonjwa wao huzidi kuwa mbaya zaidi mara tu wanapofahamishwa ugonjwa wanaugua. Baadhi ya watu, hata mashujaa zaidi, hukata tamaa wanapoambiwa, kwa mfano, kwamba wana saratani. Ndiyo maana, madaktari wanapaswa kuwa waangalifu sana katika kufanya utambuzi wa magonjwa. Wangepaswa kutafuta kuamsha tumaini kwa mgonjwa, sio tu kuhusu ufanisi wa dawa na teknolojia «zao», lakini pia kuamsha matumaini kuhusu nguvu iliyo ndani ya mwanadamu, mfumo wake binafsi wa kuuponya mwili.

Tukiwa na matumaini mengi sana kwa Mungu, hatuna tena haja ya kujua jina ya ugonjwa unaotuathiri. Kuelewa kwa undani shida yetu ya afya mara nyingi huongeza sikitiko letu. Walakini, hisia zetu mbaya na wasiwasi hufanya hali yetu kuwa mbaya zaidi. Hofu ya ugonjwa unatuweka kuwa wafungwa wa ugonjwa huo.

Mtu anayefikia kujikabidhi kwa matumaini yake yote mikononi mwa Mungu na kwa daktari mzuri, bila kutaka kujua ni ugonjwa upi alio nao, hunufaisha nafsi yake.

Roho wa Mungu anaweza kuponya bila matumizi ya dawa au vitu vya asili.

Mtu anayejitoa kwa nguvu tendaji katika mambo yote na ambayo pia ni nguvu ya uponyaji, anaruhusu nguvu hiyo imulike sana ndani mwake. Kwa hiyo hatua kwa hatua anafikia kususia dawa na tiba zote. Maendeleo kama na hayo hayafikiwi siku moja baada ya nyingine, si vema kuondoa kwa ghafla madawa ambayo pengine mtu amezoea toka muda mrefu.

Hata hivyo, hatua kwa hatua tunaweza kubadili dawa za kawaida na tiba za asili. Hatua kwa hatua mwili huzoea mabadiliko hayo. Ila, mabadiliko mpya hayo ya matibabu yangepaswa kufanyika chini ya uongozi wa daktari. Hali yetu ya akili na hali yetu ya ndani pia vinachangia sana kwa mababiliko hayo.

Mabadiliko hayo ya tiba yanapaswa kuambatana na fikra zetu nzuri. Kwa hiyo, tunapaswa kuelekeza upande wa mwili wetu mawimbi ya fikra nzuri inayochochea, inayoimarisha na inayomulika nuru ya kiroho inayotenda kazi ndani mwetu, nuru ya Kristo.

Watu wote hawawezi kufikia hali ya kuwa mzuri kabisa mara moja. Wakati wa mabadiliko hayo ya ndani ambamo tunabadili fikra mbaya, ya kukata tamaa na ya mashaka kuwa fikra nzuri, yenye kujenga na yenye matumaini, tunapitia mafanikio na kutokufaulu kama vile pia wakati wa ugonjwa ambao dalili zinaweza kubadilika kila siku au hata wakati wa kubadili toka dawa za kawaida hadi tiba za asili.

Inatupasa kuelewa kwamba kila kitu ni mtetemo. Mawazo yetu huonyesha sisi tutakuwa nani au hakika sisi ni nani. Mawazo yetu humulikia nguvu daima upande wa kitu yanachokishughulikia hivyo yanakihimiza vyema au, tofauti na hayo, yanakitia sumu, iwapo mawazo hayo ni mabaya, yenye chuki na yenye shaka na yakujaa hasira na chuki.

Hali mbaya hazo pia zinaweza kuzuia kabisa matokeo mazuri ya tiba na hatimaye kuzidisha ugonjwa. Kupitia fikra zetu, tunaweza kuwa na ushawishi juu ya matibabu yetu, haswa kwenye tiba za asili.

Ikiwa, kupitia sala, na tafakuri ya kikristo tunajinusuru toka hisia hasi, na tukijitahidi kudumisha fikra nzuri kwa nafasi ya fikra mbaya, hatua kwa hatua mawazo na hisia zetu hasi hupotea na tunakaribia amani ya milele. Tunamulika daima nguvu ya kimungu ambayo huinua mtetemo wa dawa zetu na kuziruhusu zitutulize na kutuponya.

Tofauti na jinsi inavyokubalika kwa kawaida, dawa sio tu maada inayosababisha matokeo fulani, ya kemikali kwa mfano. Ni kabla ya yote pia jumla ya fikra yenye matokeo mbalimbali, kulingana na mitetemo tofauti zilizo ndani yake na ambazo hutofautiana kulingana na dhamiri ya mvumbuzi, mtengenezaji, daktari ambaye anayeiagiza na, hatimaye, ya mgonjwa anayeitumia. Kila mojawapo ya mitetemo hizo hujiweka kwenye dawa na hufanya kazi mwilini mwetu, ikiwa inaipokea. Ikiwa tunatumia, kwa mfano, madawa yenye nguvu zaidi, mawazo yote, yaani, mivuto mbalimbali za dhamiri zinazohusika katika utengenezaji, uuzaji na utoaji wao kwa mgonjwa, huongezewa nguvu. Inajulikana kuwa aina hiyo ya madawa hutenda kazi pia ndani ya mwili wetu wa kiroho, ndani ya nafsi. Hayo yana maana kwamba nafsi inachukua mvuto wenye nguvu wa dhamiri hizo tofauti na kujazwa nazo, ikiwa mitetemo inayofanana, yenye uhusiano nayo, hupatikana ndani mwake.

Kwa hiyo, ni vyema kujiandaa kiroho na kuelekeza fikra nzuri upande wa dawa, ili iweze kutenda kwa ufanisi ndani ya kiungo cha mwili husika. Inatupasa kuelewa kwamba ufanisi wa maada yoyote unategemea mashurti fulani. Kwa hivyo, katika hali nyingi, dawa inaweza kutenda kazi ikiwa mgonjwa anaiamini na anaelekeza upande wa dawa hiyo mawazo yanayo thibitisha kikamilifu ufanisi wake. Ikiwa tunataka kuchangia, kupitia mtetemo wetu, kwenye ufanisi halali wa dawa, lazima kwanza tuboreshe hisia na mawazo, kuipa mwelekeo mzuri. Dawa yote ya tiba, iwe kemikali au dawa ya asili, inaweza kuongezewa au kupunguziwa nguvu za utendaji na mgonjwa.

Ikitubidi kutumia dawa ambayo, kama tulivyoelezwa hapo awali, kuwa ni jumla ya mitetemo, tunapaswa kuiweka mikononi mwa Mungu na kumwomba aijaze nuru Yake ili ipate matokeo yanayohitajika bila madhara ya kiafya. Hata hivyo, ni lazima pia tubadili namna yetu ya kufikiri na tena kuishi maisha chanya.

Hakika, tukibadili hali yetu ya ndani, dawa inaweza kuleta matokeo bora. Tukiishi maisha ya uadilifu, basi Wamilele, ambaye kwake kila kitu kinawezekana, anaweza kuaribu kupitia sisi vitu vyenye sumu, hayo kutokana na mwelekeo wetu mzuri. Kupitia matumizi ya dawa, Wamilele Anaweza kuipa dhamiri ya kiungo cha mwili kinachoteseka mtetemo ambao kinahitaji – hayo kulingana na namna yetu ya kufikiria na kuishi. Mtetemo wa nafsi na mwili hubadilika kulingana na mabadiliko yetu wenyewe.

Nguvu ya dawa, inalingana na kiwango cha dhamiri yetu. Jinsi dhamiri yetu inavyotegemea sana mambo ya ulimwengu, ndivyo tunavyohitaji dawa kwa kupata uponyaji. Lakini, ikiwa dhamiri yetu inautambua ukweli, ukweli, Roho, unatenda kazi ndani mwetu na unatuponya. Si sahihi kuelewa kwamba matumizi ya madawa ya asili inayoupa nafuu mwili wetu haswa katika hali ya uchovu wa neva hayafai tena.

Hali ya dunia yetu ni ipi?

Hadi hapa nimezungumzia kuhusu matumizi ya dawa. Tukizingatia matukio yanayotokea duniani, majaribio mbalimbali ya kinyukilia, ajali katika vino vya urutubishaji wa kinyukilia, silaha za kiatomiki na ulimbikizaji wa takataka zenye mionzi, lazima tutambue kwamba jinsi muda unavyoendelea, mionzi ya kinyukilia itaendelea kuongezeka. Ajali kunako mitambo ya vituo vya atomiki na majaribio ya kinyukilia sio vyanzo pekee vya mionzi. Kinu cha nyukilia, hata kilicho salama zaidi, kinaendelea kutoa mionzi. Ni mamoja pia kwa silaha za kinyukilia na taka za mionzi.

Tunajua kwamba hakuna nishati inayopotea; hayo ni mamoja pia kwa mionzi ya kiatomiki. Kupitia fikra za hofu na za kukata tamaa, tunaimarisha hofu na kuufanya kuwa hatari zaidi kuliko jinsi ilivyo tayari. Hofu ya uwezekano wa kutukia kwa majanga mapya ya kinyukilia inayavutia – na basi ina jitokeza.

Watu wana wasiwasi na hofu juu ya afya na maisha yao. Wana woga kwamba majanga mapya ya kinyukilia yatatokea. Je, namna gani watu wanaweza kutoka katika hofu huo? Fikra hizo za hofu, nguvu hizo ambazo hutolewa, bila shaka husababisha kile walichotaka kuepuka. Hofu inalazimisha mtu kuzungumzia juu ya jambo tunalohofia, na kufikiria kuhusu hatari zinazowezekana, na tena kutuweka katika taharuki ya kutimilika kwa majanga tunayohofia. Nguvu zinazotolewa hivyo zinafikia malengo yao kiasi kwamba zinatenda kazi na kutokeza hatua kwa hatua jambo lililohofiwa. Janga hilo halikutakiwa, bali mawazo na maneno ndiyo yalilisababisha. Jambo nzuri hutiwa shaka tunapozungumzia juu ya jambo mbaya. Mawazo yanayotolewa upande wa vyanzo vya hatari huchangia katika kutimilika kwa baa ambalo kwa kweli lilikuwa uwezekano mtupu. Fikra zinageuza uwezekano huo kuwa ukweli, kwani fikra zinathiri kitu kinachochukuliwa na watu wanaofikiri kuwa chanzo cha hatari, kwa mfano vituo vya kinyukilia, bohari ya silaha, jalala za taka za kinyukilia au ngazi zinazoidhinisha matumizi ya nishati ya kinyukilia.

Apandacho mtu, iwe kwa mawazo, maneno au kwa matendo, ndicho atakachokivuna. Kwa hiyo atavuna kwa njia moja au nyingine mionzi hatarishi inayotokana na shughuli za kinyukilia, kwa mfano wakati wa ajali, mionzi, majaribio ya kinyukilia au wakati wa vita.

Mionzi ya kiatomiki ni sumu isiyoonekana, ya ujanja, kifo tusichokiona, sumu inayo athiri hewa na kuipasua maeneo mbalimbali. Mionzi ya kinyukilia, isiyoonekana, ya ujanja, huleta kifo kwa ulimwengu wa wanyama. Inatia sumu Ardhi na mimea. Inamtia sumu mwanadamu na hatimaye inaweza kumsababishia mateso ya muda mrefu.

Mwanadamu anaishi kutokana na kujilisha kwa mazao ya ardhi. Ikiwa ardhi imeathiriwa na mionzi, mimea, majani na matunda vikiwa chanzo cha mionzi mibaya, ni kwa chakula kipi basi anaweza kujilisha? Mwanadamu anawajibu wa kuchagua kati kufa kwa njaa au kula vitu vyenye mionzi na baadaye kujijaza sumu sana. Shida hiyo hiyo inahusu pia maji yanayotumiwa, chemchemi za maji na hata pia bahari.

Twaweza kufanya nini mara tena? Tupate uungaji mkono wapi? Ni wapi tutatoa msaada?

Wakati utakuja ambapo mwanadamu hataweza tena kula kitu chochote kisicho na sumu. Kwa sababu ya kuendelea kupasuka kwa tabaka la ozoni kunakosababishwa na sababu tofauti, ni muhimu pia kukabiliana na kuongezeka kwa magonjwa na saratani za ngozi na pia kuungua kwa ngozi ya mwili.

Wanadamu wa siku za leo wanaenda kuangamia hatua kwa hatua. Badala yao patatokea wanadamu wenye mg'ao tofauti, aina ya binadamu wa ulimwengu wenye nuru ya kiwango cha juu kuliko ile ya Dunia hii na watu waishimo leo. Mabadiliko yatafanyika bila kuonekana. Mwanadamu wa ulimwenguni atakuwa na mng'ao mzuri sana na safi zaidi. Atakuwa na uwezo wa kunusurika na matukio na hali nyingi sana, kwani mtetemo wake utakuwa wa juu zaidi kuliko wa mtu wa siku za leo.

Mtu mpya, uzima mpya, ataibuka kwenye vifusi vya mawazo, matarajio na matendo ya kiutu, kama vile ndege wa ajabu wa hadithi inavyojitokeza kwenye majivu yake. Huu ni ubinadamu mpya, ubinadamu wa enzi mpya. Wanadamu wenye mng'ao mzuri na safi sana, wenye mwelekeo kwenye maisha ya ulimwengu na wanatimiza sheria zake – zilizo halali ndani ya mazingira yote, ndani ya kila mnyama na kila jiwe, ndani ya nyota zote – watamiliki Dunia mpya, Dunia iliyotakasika.

Sheria ya ulimwengu ni uzima katika kila nafsi na kila mwanadamu, sheria ya milele, ya ulimwenguni ambayo watu wa ulimwengu watatumia ipasavyo.

Kama vile mwanadamu wa ulimwengu atakavyojitokeza upya kwenye majivu ya magofu ya ubinadamu wa kale, hivyo hivyo, karibu wakati huo huo, mimea yote itachukuwa muundo mpya. Hewa itakuwa yenye kupisha mionzi hatarishi. Kabla ya yote, tabaka la gesi la ozoni linayozunguka na kulinda Dunia kutokana na miale hatarishi za jua itapunguka sana, na kusababisha uharibifu wa aina nyingi za viumbe. Pembe za kusini na kaskazini za dunia na bahari zitaongeza joto. Hali ya hewa itabadilika. Hayo yatasababisha mabadiliko ya muundo mzima wa sayari yetu. Baada ya muda, mabadiliko makubwa yatatokea katika mazingira, kwa wanyama na pia kwa mwanadamu. Kwa maneno mengine, ikiwa mionzi itabadilika, maisha pia yatabadilika.

Watu wenye mawazo ya kimwili watatoweka kwa magonjwa, kuchomwa, majeraha na matatizo tofauti yanayosababishwa na mionzi, na kadhalika. Viumbe vya mazingira vilivyoathika na mionzi vitapatwa na hatima sawa na ya wanadamu.

Uzima safi, bora zaidi na wenye kusitawi sana utajitokeza kutokana na kifo hicho. Nuru ya kiwango cha juu itachukua nafasi ya mtetemo hasi, wa kiwango cha chini. Mtu mwenye mng'ao wa kiwango cha juu atashinda, na labda kunusurika toka matukio mengi – bila shaka baada ya machafuko makali yatakayoathiri Dunia nzima, hata pia hewa na wanadamu wa siku za leo.

Tutaupata wapi wokovu? Tutampata wapi Mwokozi?

Ndani sana ya kila mtu mna msaada. Ni Roho wa Mungu, mng'ao mkuu. Mwokozi ni Roho wa Baba yetu wa Milele, aliye ndani ya kila nafsi na ndani ya kila mwanadamu, ndani ya mazingira, madini na wanyama.

Tukijua kwamba mtetemo wa kiwango cha juu unaweza kushawishi mtetemo wa kiwango cha chini bali si kinyume na ukweli huo, tunaweza kuamua cha kufanya. Jambo tunalopaswa kuelewa hapa ni kwamba mtetemo wa wanadamu, yaani, jumla ya mambo yetu tuliyotoa hapo awali na sasa, ambayo inayoonyesha njia yetu na kusababisha uharibifu wetu, ni mtetemo hasi ambao hauwezi kufikia kwenye nuru ya kimungu na «kuichafua» na hali zake zote mbovu. Baada ya muda fulani, nguvu hasi hujiharibu zenyewe, kwa sababu Roho wa Mungu, nuru kuu sana, anamulikia tu upande wa mambo mazuri, na hayo pia ndani ya mazuri iliyo katika mtetemo wote hasi. Kama tunavyojua, mtetemo unaundwa na pembe mbili zinazotenda kazi kwa kutegemeana – pembe chanya na pembe hasi. Mungu, nuru kuu kabisa uliyopo, huelekeza tu nguvu Yake upande wa mambo mazuri, sehemu ya mtetemo inayodumisha uvutano kati ya pembe mbili, pembe chanya na pembe hasi. Hivyo ndivyo Mungu anavyoangazia viumbe. Ikiwa mtetemo wao unapungua na kama nguvu chanya – mng'ao wa hali ya juu, nguvu ya juu, Mungu – inaendelea kutiririka upande wa hivyo viumbe, mvutano mkubwa zaidi unatokea katika maada. Hali ya kiutu sana, hali mbovu, ya ubinafsi, inajitenga mbali sana na nuru kuu; haiwezi na haitaki kuingia katika mawasiliano na nguvu za juu sana. Bila shaka, hayo husababisha matengano na baadaye mabadiliko.

Ikiwa kupitia tabia zao, wanadamu wanaendelea kuwa na nguvu hasi zaidi, yaani nguvu ya kiwango cha chini inayotegemea tu maisha ya kimwili, na wakitenda kwa kudhulumu na kuharibu aina zote za viumbe, mvutano ndani ya maada utakuwa mkali mno na maada hiyo haitawasiliana tena na nuru kuu sana. Jinsi muda unavyoendelea, hali hiyo ya mvutano itasababisha mpanuko mbaya, na hatimaye mshindo unaosindikizwa na mlipuko mkali. Mlipuko mkali huo utasababisha matengano ya mabonge ya udongo ambayo, nayo, inasababisha mvuru- go wa jumla wa Dunia.

Kwa kukabiliana na mabadiliko hayo,ni lazi- ma wanadamu wote wabadilike. Ni lazima kila mtu hatua kwa hatua akaribie nuru kuu sana yaani, Mungu. Kila mmoja yeye mwenyewe ana wajibu wa kukaribia nuru ya kimungu. Hakika, hatuwezi kungoja Mungu ashushe mwangaza wake kwa kutukaribia. Hayo yanahitaji maba- diliko kamili ya namna yetu ya kufikiri, inayo- sababisha pia namna ya kutenda inayolingana na mabadiliko hayo.

Ikiwa tunataka kuishi katika afya bora, ni lazima tumwone na kumhisi Mungu ndani ya vitu vyote, kutimiza amri za ulimwenguni pote, za upendo usio lenga faida, za amani na za maelewano. Kuona yaliyo safi, bora,mema na makuu katika aina zote za viumbe na kuwa na heshima kwa kila kiumbe bila kuridhika tu na kuongea kuhusu maisha, Mungu na kuhusu yote ambayo yanapaswa kufanywa ili kufikia ulimwengu bora. Kila mtu anaombwa kujichunguza mwenyewe.

Anayejifunza kubadilika, kufikiri na kuishi kulingana na Amri za Mungu, anainua mwanga wake mwenyewe. Anatoa maisha yake kwa Mungu. Hana tena mawazo mabaya, mawazo ya uharibifu na hivyo basi hadumishe tena hali mbaya hizo. Tofauti na hayo, anaishi kwa amani na jirani yake, na Dunia na viumbe vyote.

Amani hutokana tu na mtu mwenyewe, na kila mtu peke yake, ikiwa anajitahidi kufikiria na kuishi bila kutegemea faida na kwa heshima ya uzima.

Kila mtu hutenda kazi kwa dhati sio tu kwa manufaa ya maisha yake mwenyewe na ya wanadamu wenzake, lakini pia kwa manufaa ya Ardhi na viumbe vyote viishimo. Kwa hiyo kila mtu ni muwajibikaji wa nafsi yake mwenyewe, mawazo na matendo yake, licha ya hayo, pia ana wajibu kwa watu wote, kwa sayari tunamoishi na anga inayoizunguka.

Kwa hiyo, hatupaswi kufikiria kwamba ni jirani yetu, kanisa au Serikali ndiyo inapaswa kubadilika. Kila mmoja wetu ameombwa kubadilika. Hiyo ndiyo njia pekee ya kufanikiwa katika kutoa nguvu chanya, zenye kujenga na hivyo kutenda mema – kuungana na wengine wengi wanaokuwa na msimamo huo – kwa wale ambao wangali bado katika kivuli cha tamaa ya mali. Kwa njia hiyo sisi pia tunatenda vyema duniani ambayo sisi ni sehemu yake.

Yesu alisema: «Mnachowafanyia walio wadogo kati ndugu zangu, mnanitendea Mimi.»

Mungu ni yote katika mambo yote. Kile tunacho mtendea jirani yetu, na viumbe vyote, kitatuathiri wenyewe.

Ikiwa tunataka kuinua mtetemo wa nafsi yetu na mwili wetu, lazima tubadili mwenendo wetu. Basi, kwa msaada wa nguvu ya Kristo, utu wetu, mtetemo wetu, utasafishwa na kuinuka ikiwa hisia zetu, mawazo, maneno na matendo yetu ni chanya na kwamba tunaanza kuishi maisha yasiyolenga faida, kumheshimu jirani yetu, kum penda, kumtendea mema, kuthamini uzima wa Ardhi na wa viumbe.

Basi tutachochewa zaidi na nguvu za Mungu, mng'ao bora kabisa uliopo. Itainua nafsi zetu na kuimarisha seli zetu, viungo, misuli, tezi na homoni zetu – itaangazia mwili wetu wote kwa mwanga wa juu sana. Wakati nguvu za juu zinapoangazia ndani mwetu na kututawala, tunaweza kujitenga daima zaidi na mitetemo ya kiwango cha chini, mitetemo hasi.

Mwanga chanya wa kiwango cha juu cha nafsi na mwili wetu una matokeo mazuri kwa dawa tunayoitumia. Mwanga chanya huo utatulinda na hatari nyingi zitakazoipata Dunia na wakazi wake wengi.

Hivyo ndivyo ubinadamu mpya utazaliwa. Hali chanya itakua kutoka hali hasi. Jamii ya kibinadamu ya kiroho, inayomjali Mungu itazaliwa kutoka kwa jamii ya wanadamu iliyojikita kwenye uzima wa muda mfupi, wa maada.

84

Mungu ndani mwetu, mwanga mkuu, ndiye mwokozi katika dhiki na hatari yote.

Kwa hiyo, ikiwa katika siku zijazo tunataka kuepuka hatari kubwa zaidi, kupata uponyaji kwa nguvu ya Roho na kujiweka huru kutokana na hofu na vikwazo, hebu tuchukue kauli mbiu hii inayotuletea suluhisho: Karibu sana na Wewe, Mungu wangu!

Ikiwa tunataka kumkaribia Mungu, tuanze sasa! Tuache hisia za shukrani kwa Mungu na za wema kwa watu wote zitende ndani mwetu.

Badala ya kulalamika kuhusu ugonjwa wetu, tujaribu kukuza na kutoa hisia za shukrani kwa Mungu na za wema kwa watu wote. Hakika, hisia hizo za shukrani kwa Mungu na za upendo kwa watu zinaondoa mvutano wa ndani na zinaongeza uwezo wa kinga mwilini, kwa sababu hisia hizo husababisha ndani mwetu kuongezeka kwa mtiririko wa mitetemo ya kiwango cha juu.

Kwa hiyo, tungepaswa kujitahidi kukuza dhamiri yetu kwa ngazi ya juu ya kiroho, kwa mng'ao safi na wa juu wa Mungu, kupitia maisha ya uadilifu, sala na tafakari, kupitia mawazo na matendo mazuri. Sio tu kwamba dalili za ugonjwa unaotuathiri zitabadilika, ila zitaangazia watu wengi wanaoishi katika giza.

Tukiishi na uwezo wa kujitawala vema wenyewe na kwa heshima ya amri za Mungu, na kwamba hakika dhamiri yetu inaendelea, dhamiri itaweza kutuongoza, kwa mfano, kwenye daktari atakayejua jinsi ya kupata matibabu tunayohitaji. Inawezekana pia wakati mwingine, dhamiri itatuonyesha njia ya uponyaji bila kumwita daktari. Dhamiri iliyokuzwa kwa kiasi kikubwa, ambamo nguvu ya milele ya Kristo hutenda kazi sana daima kiasi kwamba, inaweza pia, kwa mfano, kutuepusha na eneo hatarishi ambapo janga kubwa linaandaliwa au kutuongoza kubadili miradi na hivyo kutuhepusha na shida ambayo sisi au watu wengine tungepitia.

Dhamiri yetu ikitenda kazi chini ya uongozi wa dhamiri ya Mungu, ndani ya nuru yake safi, kuna uwezekano Mungu kutuongoza kulingana na amri Zake. Kwa hiyo dhamiri yetu ya juu sana huongoza maisha yetu katika mambo yote, makubwa kama vile madogo.

Kwa mfano, katika kuchagua vyakula, hatutahisi kamwe tamaa ya vyakula visivyofaa kwa afya yetu, wala vile vilivyo na viinilishe vyenye madhara, yaani vyenye sumu kwa mwili wetu.

Kwa hiyo, tunachagua wenyewe mwelekeo wa maisha yetu kulingana na hisia, mawazo, maneno na matendo yetu. Tunapaswa kupata amani kati ya utu wetu halisi na ulimwengu mzima. Tutaongozwa na nguvu ya Mungu na ya Kristo. Tutapata afya na raha, na kuishi katika mwanga safi wa Mungu unaoweza kutulinda.

Ni vema taswira ya magonjwa, matatizo, hofu, wasiwasi na dhiki ifutike kwenye fikra zetu. Ni lazima jitihada zetu zote ziwe za kutochukua tena hali za kibinadamu kama vile ugonjwa, kama hali ambayo ni lazima tuponywe nayo. Katika fikra, na kwa imani ya kina, ni vema tuchukue kwamba magonjwa na maovu mengine yote hayapo! Badala ya kufikiria sana kuhusu ugonjwa, wasiwasi, shida na matatizo mengine, tuthibitishe afya, furaha, amani, ridhaa na raha!

Tunapaswa kuchukua muda wa kutafakari kuhusu nguvu takatifu ya Mungu, mng'ao wake safi, uhalisia uliofichwa nyuma ya kivuli cha ugonjwa, mateso, dhiki na wasiwasi – hayo bila kujali hali ya nje, kwa mfano, hatari ya ugonjwa au maambukizi. Hivyo matokeo yake ni kwamba, tunainua mtetemo wetu, nuru yetu inag'aa vema na dalili za ugonjwa zinabadilika.

Kila mmoja wetu, kupitia utu wake halisi, ni mwana wa Aliye Juu Zaidi na ana ndani mwake uzima wa kimungu. Kulingana na asili yetu, sisi ni wa Mungu. Ukamilifu unaoambatana na utu wetu halisi ni afya, amani na raha.

Hebu tuyatafakari maneno haya: sisi ni wana wa Mungu, tunamiliki ujazo wote usio na mwisho, afya, amani na raha.

Tungepaswa basi kumgeukia Mungu, nguvu na ujazo wa milele, sio kuzungumza kuhusu magonjwa yetu na upungufu wa mali, sio kunung'unika au kujiuliza ni dawa gani mpya tunaweza kujaribu leo. Kwani kwa kuzingatia ugonjwa na sababu zake, tunachangia katika mripuko wa dalili mpya na vijidudu vya magonjwa.

Tungepaswa kupinga dhana hizo hasi zisingie akilini mwetu. Tunaposhinda «makosa» hayo, basi ukamilifu wenye uwiano na uhalisia unaweza basi kujitokeza, kwani ndani mwetu mna utu halisi, uzima wetu halisi. Hata iweje, sisi ni wana wa Mungu wakati wote. Ili nguvu muhimu iweze kutenda kazi ndani mwetu, ni lazima tuondoe hali zetu zote mbovu.

Lazima chuki iondoke maishani mwetu. Inatupasa kumchukua jirani yetu kama rafiki na ndugu. Tunapata amani ya roho katika kudhibiti hisia mbaya zetu zote. Ni kupitia amani hiyo ndiyo wa nafsi na mtu wanapata uponyaji.

Kama vile vitu vyenye maada vinaheshimu kanuni ya magnetisi, mawazo yanafuata kanuni ya mvuto.

Kwa hiyo, tutambue kwamba ugonjwa si kitu kingine bali ni ubainifu wa mawazo yetu!

Kile tunachovuta kupitia fikra huchukua nafasi ndani mwetu, kwani ndani mwetu tuna mambo iliyo sawaswa na hayo au yanayoyafanana. Vitu vinavyofanana hujikusanya pamoja.

Tunaweza kulinganisha ugonjwa na muundo wa mawingu. Mvuke wa maji unainuka kutoka ardhi na kuganda kwa kuunda mawingu yanayotuficha jua.

Hivyo hivyo, sababu zilizosajiliwa nafsini mwa mwanadamu hupanda ndani mwake na kujidhihirisha kwa matokeo yanayochukua sura ya magonjwa. Sababu hizo huzaa mvutano wa mfumo wa neva na hivyo kupunguza nguvu ya Roho inayosaidia, inayoponya na kutia nguvu.

Tutambue kwamba hata kama kwetu sisi jua la kiroho, Roho wa milele, limefichwa na mawingu, Roho haikubadilika! Mawingu, ambayo ni sababu zetu, hufunika nafsi kama pazia. Roho Yenyewe haikuathirika.

Ugonjwa hunatokana na hali potofu ya kufikiri.

Tukikubali kwamba mawazo yote ni nguvu, fikra zetu huchukua muundo wake. Jumla ya fikra zetu hutenda kazi nafsini na mwilini mwetu.

Kuogopa ugonjwa au kuuzungumzia ni kuuthibitisha. Kwa hivyo tunaunda dhana tata inayoitwa ugonjwa.

Hakuna nguvu inayopotea. Kupitia woga na mazungumzo kuhusu ugonjwa, tunatoa nguvu zinazoambatana na ugonjwa, tunavuta kile tunachotoa na baadaye kuathiriwa nacho. Tunalemea nafsi na mwili wetu, na baadaye tunapatwa na magonjwa.

Kwa hiyo tunaweza kusema kwamba magonjwa yetu hutokana na mawazo yetu sisi wenyewe, bali sio mawazo ya jirani yetu.

Ikiwa tunaogopa kuambukizwa na virusi na bakteria mbaya, tunawavuta na hatimaye wadudu hao wanaweza kutuathiri na kuzusha mwilini mwetu kile tulichokiogopa au kitu sawa na hicho.

Hofu zetu basi hugeuka kuwa ukweli.

Hofu na wasiwasi hutokana na ukosefu wa matumaini kwa Mungu, ambayo ni ushuhuda kwamba nguvu za Roho hutiririka tu kwa kiwango cha chini sana ndani mwetu. Tukiongezea uzito sana hofu na wasiwasi yetu kwa kuvithibitisha, nguvu za Roho hupunguka tena sana, kiasi kwamba tunafikia kukosa nguvu.

Wakati nguvu ambayo Roho anatupa ni haba, hayo husababisha kudhoofika kwa roho na mwili, na hofu zetu zinaweza basi kutuathiri.

Tunajiambukiza wenyewe kupitia mawazo yetu binafsi ya hofu na wasiwasi, na mawazo ya magonjwa, shida na kufilisika. Hebu turudilie tena kwamba ikiwa tunaogopa virusi na bakteria mbaya, tunawavuta na tunaweza kuambukizwa nao.

Ugonjwa unatokana na kufikiria vibaya.

Hivi karibuni au baadaye, ni lazima tutambue na kuelewa kwamba sisi ni wana wa Mungu, viumbe vya ulimwengu. Mungu aliumba safi kabisa na huru utu wetu wa ndani au mwili wetu wa kiroho.

Mungu ni mkamilifu. Hajui ugonjwa.

Ikiwa sisi ni viumbe safi kutoka kwa Mungu, basi ndani Yake sisi ni wakamilifu, safi, huru.

Tukiacha njia ya ukamilifu na ya sheria Yake ya upendo na ya maelewano, maisha yetu yanaathiriwa. Tunahusika sisi sote, kwa kuvunja sheria ya Mungu kutokana na ya njia yetu mbaya ya kufikiri na kutenda. Njia hizo mbaya za mawazo zinatuathiri na kututia dosari. Inaunda utu wetu. Kwa maneno mengine, utu wetu unalingana sasa na fikra zetu, unajaa hofu zetu au wasiwasi ya kila aina. Kupitia hofu ya ugonjwa fulani, tunatokeza karibu nasi na baadaye tena ndani mwetu, ugonjwa huo. Ugonjwa huo umedumu kwa sababu tumeacha njia ya ukamilifu kupitia namna potofu ya kufikiria.

Hakuna ugonjwa ndani ya Roho. Kwa hiyo, ugonjwa unaundwa tu na sisi wenyewe. Magonjwa tunayougua yanahusiana na utu wetu. Ni jumla ya mawazo ambayo hujitokeza mwilini mwetu. Jumla hiyo ya fikra hutushawishi kulingana na uwezo tunaoipa wa kufanya hivyo na kulingana na kiwango cha mawazo na hofu tuliyo nayo kuhusu ugonjwa huo.

Si kwa fikra mzuri peke yake ndiyo tunaweza kujinusuru na magonjwa makubwa. Lakini tukitoa fikra hizo ndani mwetu sisi wenyewe na kuyaelekeza upande wa seli na viungo vyetu, kama vile hamasa fulani, fikra hizo zitatayarisha mwili wetu kupokea mawimbi ya uponyaji ya Roho. Tungcpaswa pia kuidhinisha na kuthibitisha katika hisi na hisia jambo tunalolifikiria. Kwa maneno mengine, mawazo, hisi na hisia lazima vilenge shabaha moja.

Uwepo wetu safi, kiini cha kati cha nafsi, hakina uhusiano na magonjwa. Ni lazima tupanue na kuinua dhamiri yetu kupitia mawazo mazuri na mawazo ya afya bora, ili dhamiri yetu iweze kuwasiliana sana na kiini cha kati cha nafsi, na pia Roho kamili. Kwa hiyo Roho anaweza kutiririka kwa nguvu zaidi mno ndani mwetu na kuleta wokovu wa nafsi na uponyaji wa mwili.

Hivyo itaakuwa rahisi kwa Roho wa Mungu ndani mwetu kupunguza na kutokomeza magonjwa, kama jua lifukuzavyo mawingu. Hata hivyo inatupasa kufanya hatua ya kwanza, kupanua na kuinua dhamiri yetu ili kuingia zaidi katika mawasiliano na kiini cha kati, Mungu ndani mwetu.

Mara nyingi tunatafuta nguvu ya uponyaji wa ndani kwa kugeukia chanzo cha uzima kinachotiririka ndani mwetu, kupitia sala, kutafakari, fikra njema, au matumizi ya lishe maalum. Hata hivyo tunashindwa kufikia kabisa kiwango cha mtetemo ambapo uponyaji kupitia uwezo wa Roho wa Mungu unawezekana. Tukijihisi karibu katika maelewano, kwamba mawazo yetu ni mazuri kwa kiwango kikubwa, lakini licha ya hayo tunashindwa kuinua dhamiri yetu, tungepaswa basi kijichunguza wenyewe.

Tuchunguze kile kinachotokea maishani mwetu, ndani ya familia yetu. Je, mna mifarakano, ugomvi, hasira, labda chuki au kukosa maafikianio. Ushawishi kama huo unaovuruga mtu unaweza kuleta matokeo mabaya kwa mtu anayeishi maisha ya kiroho. Unaweza kumzuia kupata amani ambayo ingemuwezasha kuwasiliana kwa dhati na daktari na mponyaji wa ndani. Ikiwa kukosa maafikiano kunatawala familia ya mgonjwa, ingelikuwa heri mwenyewe ajaribu kuleta maelewano katika jamaa lake.

Sentensi zilizo rahisi kukumbukwa na zinazosaidia kama misaada za dhamiri zinaweza kutusaidia kuleta salama katika jamaa. Kwa mfano: «Familia yangu imeundwa na wana wa Mungu», «Katika familia yangu inayoundwa na watoto wa Mungu, ukamilifu tu na maelewano peke yao ndivyo vinanaweza kutawala», «Dhamiri ya kila mtu imejaa amani na upendo». Tukijipanga vema na mawazo kama hayo na kutoa mitetemo hiyo chanya kwa familia yetu, mambo mengi yanaweza kubadilika, kulingana na dhamiri ya kila mmoja – jinsi alivyo karibu au mbali na Wamilele.

Mawazo yote, iwe chanya au hasi, ni nguvu!

Basi tuwe wenye subira na wasikivu, tuwe na uhakika kwamba katika familia pia mabadiliko yanajitokeza! Tuchukue jirani yetu kama sehemu yetu wenyewe. Hivyo tutaweza kuwa waelewa, wavumilivu, wenye upendo kwake, upendo huo unaoponya majeraha mengi ya kiroho.

*Tunapaswa kubadili namna yetu
ya kufikiri.
Uthibitisho wa asili yetu halisi
unasababisha uponyaji.
Uponyaji wa kiroho ni mchakato ambapo
mwanadamu hujiweka huru toka uovu
ambao alisababisha yeye mwenyewe*

Tungepaswa kutambua maana ya hayo na kujipanga kulingana na ukweli ufuatao: Mungu, Bwana wetu, hakuumba ugonjwa hata moja. Kwa hiyo, katika uhalisia Wake hakuna magonjwa pia. Kwa hiyo hatupaswi kamwe kufikiri kwamba sisi ni wagonjwa. Hebu tuache hisia zote za ugonjwa na katika mawazo tuthibitishe afya ndani mwetu. Hivyo, dhamiri ya seli zetu itaamka na kutupa nguvu na amani kwa wingi.

Yeyote anayeomba kupokea mikondo ya uponyaji lazima aelekeze mawazo yake kwenye nguvu ya uponyaji, kwenye ukweli na kutambua kwamba yeye ni mwana wa Mungu na ni kiumbe cha kiroho.

Tunapopenya mawingu mazito ya ulimwengu wa mwonekano wa nje na kuelewa asili yetu ya kiroho, tunaweza kuthibitisha kwa dhamiri kamili kwamba: «Mimi ni mwana wa Mungu.»

Kwa kuweza kufikiri vyema na kuendeleza mawazo ya afya, hatupaswi kujichukua kama sisi ni mwili tu, kwa sababu uwepo wa mwanadamu unaendana na ukosefu wa utulivu, uwezekano wa magonjwa na uharibifu. Hata hivyo, tungepaswa kujitambua kama viumbe vya milele, viumbe visivyoweza kuharibika, vinachoweza kusitawi ndani ya Mungu, Bwana na Baba yao.

Hata kama hali yetu ya afya ni mbaya mno, hata tuwe wanyonge, hilo silo jambo la muhimu. Huo ni mwonekano wa nje tu, mwonekano wa nje ni kama kivuli – sio uhalisia wa mambo.

Lakini kitu ambacho si kweli ni udanganyifu. Lengo la udanganyifu ni kutufanya tukubali kama ukweli kitu ambacho kuwepo kwake si halisi. Kitu kisichokuwepo hakika, hakipo!

Ni lazima tujifunze kubadili kabisa namna yetu ya kufikiri na kuelekeza hisia na mawazo yetu upande wa amri za uzima. Hivyo tutaufikia ukweli, Mungu katika Kristo, anayetuweka huru. Tunapaswa kuepusha mawazo yetu na mambo mabaya yanayotukabili kiroho kama vile kimwilini, na kujitahidi kuwa na mawazo yenye matumaini na ya kujenga ambayo yanakuza afya. Tukuze mawazo ya afya!

Tikitambua na kukubali kwamba Mungu ndiye uzima wetu, tunaelewa kwamba hakuna kitu kinachoweza kuwepo nje ya Mungu. Hebu tumuache ajidhihirike ndani mwetu kwa kuthibitisha umungu! Jumla ya mawazo hasi yatatoweka. Ndani mwetu kila kitu kitakuwa wazi, salama na furaha.

Ugonjwa ni ubaya. Mungu hakuumba mabaya. Kwa hiyo maovu hayapo. Hata kama maovu yapo katika mazingira ya nje, ya kimaada, katika uzima wetu halisi, ila katika Mungu, hayana uwepo halisi.

Ndiyo sababu tungepaswa kuthibitisha asili yetu halisi. Ni Mungu aliyeumba kiumbe cha kiroho kilicho safi, kamili, mwili wa kiroho ulio-jaa nuru na nguvu iliyo ndani mwetu.

Kama tulivyosoma mara nyingi, hatupaswi kuthibitisha kuwepo kwa ugonjwa, kama sivyo tunaupa mwonekano huo wa nje nguvu ambayo peke yake hauna.

Hatungepaswa kukubali kitu ambacho ha-kipo kiroho, katika uhalisia wa mambo. Nguvu imo katika ukweli, katika ukweli wa kiroho. Ni nguvu hiyo ndiyo inatupasa kuthibitisha!

Kwa hiyo, tunapaswa kujifunza kubadili namna yetu ya kufikiria.

Ni kwa kubadili tu mwelekeo wa fikra zetu kila mtu kwa upekee ndiyo jamii ya wanadamu inaweza kufikia mafanikio makubwa, kwa msaada wa nguvu ya Mungu. Basi jamii ya wanadamu itaweza kupona na kuishi kwa raha, furaha, amani na maelewano.

Uponyaji wa kiroho, uponyaji kwa tendo la Roho wa Mungu ndani mwetu, ni mchakato wa ukombozi wa mwanadamu toka maovu aliyo-sababisha mwenyewe.

Roho, Mungu, anaweza tu kutenda kazi kwa bidii sana na kutuweka huru ikiwa tunaheshimu sisi wenyewe shuruti ya muhimu.

La kwanza miongoni mwa mashuruti hayo ni shurti la kumgeukia Yule aliye uzima, kubadili melekeo wa fikra na kubadili mawazo mabaya inayorudiliwa upya kila muda na mawazo mazuri na yenye dhamiri, mawazo thabiti, yenye kujenga na yenye hamasa.

Sala ya kweli ina utekelezaji ndani mwake

Maombi ni alama ya uhusiano na Mungu. Ila fikra zetu za sala huwa na nguvu sana ikiwa sisi wenyewe tunatimiza ujumbe uliyomo ndani ya sala yetu kila siku.

Kwa hivyo nikiomba kwa ajili ya afya, lazima pia nijitahidi maishani kuwa na mawazo ya afya bali sio ya ugonjwa. Hivyo ninajifungua tayari kwa mawimbi ya uponyaji.

Ninapoomba kwa ajili ya amani na maelewano na jirani wangu, ingelikuwa heri kuthibitisha sifa zake nzuri, na kutozungumzia vibaya juu yake.

Kile ninachokitoa hurejea kwangu! Ikiwa ninamtakia jirani yangu amani na maelewano, na ninaona ndani mwake nuru ya kimungu, basi wema, amani na maelewano hunirudilia. Ninageuka kile ninachoweka katika sala yangu.

Ikiwa nataka kupendwa, lazima nijitahidi kumpenda jirani yangu. Ninatoa kulingana na jinsi nilivyo na mwangwi unaorudi kwangu unalingana na kile nilichokitoa.

Kwa hiyo ni muhimu kubadili mwelekeo wa fikra zetu.

Kuomba vema kunaambatana na mwenendo bora maishani. Sala sahihi yanaambatana na utimilifu wa uzima wetu na ni tendo la msingi sana.

Kwa hiyo kuomba vema kunamaanisha kuishi vema.

Kuomba kwa kweli kunamaanisha kutimiza amri za Mungu, kusamehe jirani, kumpenda na kuelekeza upande wake mawazo mazuri, mema na ya upendo hata kwa adui yetu mwenye uhasama mkali zaidi.

Hayo ndiyo sala hai, inayotenda kazi ndani mwetu na kufungua dhamiri yetu kwa mawimbi ya uponyaji wa Kristo. Mtu anayeweza kuomba hivyo kwa moyo wake wote na anayeomba nguvu na msaada wa Mungu ataupokea.

Lakini, maombi yao yasipojibiwa mara moja, watu wengi hulalamika na kupoteza imani kwa Mungu. Hivyo wanatoa udongoni mbegu waliyoipanda kwa uhakika katika udongo wenye rutuba na wa kuzaa matunda.

Hata hivyo ni lazima tutambue kwamba sala ya kweli na ya dhati, sala iliyo hai, tayari imejibiwa katika ulimwengu wa ukweli.

Sala kama hiyo inatimia bila shaka, kwa kuwa kile kinachothibitishwa na ambacho mtu ameishi tayari kipo katika ulimwengu wa kiroho.

Mungu, Baba yetu, ni utimilifu. Aliweka ndani mwetu viumbe vyote. Kwa hivyo kila kitu kinakuwa ndani mwetu.

Tunapaswa kutambua kwamba mavuno tayari yamo ndani ya mbegu, hata kama bado haionekani kwa macho yetu ya kimwili. Mbegu nzuri itazaa matunda endapo tutaimwagilia kwa mawazo mazuri ya maombi na nguvu za matumaini.

Sala ambayo mtu huishi kwa namna hiyo hutokana na imani ya kina na matumaini kwa Mungu, Bwana wetu, na kwa Mkombozi wetu, Kristo.

Ikiwa tunajua kwamba ndani mwetu tayari mna matakwa yetu, basi ni kwetu sisi kuamsha nguvu hizo kupitia mawazo mazuri na kuishi kwa kutenda mema!

Uvumilivu pia ni mojawapo ya sifa za Mungu. Kinyume na hayo, hatuna subira na tunatarajia mbegu iliyowekwa leo katika maombi yetu yaote tayari kesho au baada ya wiki moja na kutuletea mavuno tunayohitaji. Hatupaswi kutarajia utimilifu muda huo huo wa lengo la maombi yetu.

*Mungu peke yake ndiye anayejua jambo
lililo jema kwa wokovu wa nafsi yetu.
Mbegu njema peke yake ndizo
hutoa mavuno mazuri.
Upendo ndio uwezo mkuu na ndio
utu wetu halisi*

Mtazamo wowote wa matarajio kwa Mungu ni sawa na shaka.

Badala yake, tunapaswa kubaki na matumaini na uhakika kwamba tayari tumepokea kiroho! Kusudi hayo yadhihirike nje, tunapaswa kukuza imani ya kina kwamba upendo wa Mungu upo karibu nasi, kwamba Mungu yuko pale, karibu sana, na kwamba anatujua. Sisi wenyewe hatujijui sana. Yeye anajua yaliyo mema kwetu. Tofauti na hayo, sisi hatuyajui, kwa sababu hatujui uzito wa mizigo ya nafsi yetu.

Yote yanachangia katika kukuza nafsi yetu. Ndiyo sababu hatupaswi kamwe kumlazimisha Mungu kwa chochote kile, bali tu kuweka maombi yetu mikononi Mwake. Yeye peke yake anayejua ni nini kinachofaa kwa nafsi yetu.

Basi tufanye mazoezi ya uvumilivu, kwa kuuandaa mwili wetu kuyapokea mawimbi ya uponyaji. Kwa hiyo, tunaweza tu kupata manufaa makubwa zaidi ikiwa tumekua katika kuishi maisha yanayolingana na mapenzi ya Mungu. Tutambue kwamba mateso pia ni muhimu kwa ajili ya mabadiliko ya nafsi ya mwanadamu, ikiwa imefikia kiwango fulani.

Mateso yanaweza pia kusababishwa na mtiririko wa hali mbovu ya nafsi. Kwa hiyo, Roho wa Kristo, daktari na mganga wa ndani, hawezi kuondoa kabisa mateso hayo, lakini kwa kiasi kikubwa anaweza kuyatuliza. Ni mtu aliyefikia kiwango fulani cha maendelo peke yake ndiye tena hana haja ya kuteseka.

Kwa kutoka katika maisha ya mateso, ni muhimu kujitathmini kila siku:

Je, tunazungumza maneno gani? Je, tunamzungumuzia jirani yetu kwa ubaya au vizuri? Je, sisi ni watu wenye matumaini au watu wenye kukata tamaa? Je, tunazungumzia mambo ya kidunia? Je, mada yetu ya mazungumzo inalenga

zaidi pesa na mali au mambo yanayoweza ku-
changia kwa maendeleo ya kiroho?

Tutambue kwamba majibu ya maswali haya ni muhimu kwa maisha yetu ya sasa na ya siku zijazo.

Ikiwa ni wazi kwetu kwamba tunavuna pia matunda ya kila neno letu, basi tutakuwa waangalifu kwa hisi, mawazo na maneno yetu. Mawazo na maneno mazuri, yenye upendo ni maombi ya kweli. Lakini, maneno makali na mabaya hayadhuru tu wengine, yanaathiri pia maisha na afya yetu. Maneno yanayojaa upendo, ambayo hutuliza na kufurahisha moyo wenye wasiwasi wa jirani yetu huchangia pia kwa afya yetu na hutufanya kuwa wenye raha.

Tayari katika Biblia, imeandikwa: Unacho-panda, ndicho utakachokivuna. Kwa hiyo, tu-napaswa kupanda mbegu nzuri katika uwanja wa maisha yetu. Baadaye tutavuna matunda mazuri, kama vile afya na shangwe.

Mara nyingi tunatambua kwamba maombi yetu hayajibiwi. Sababu ya jambo hilo ni ipi? Lazima tutambue kwamba kanuni ya sababu na matokeo yake inatumika kila mahali. Wengine hufikiri kwamba ni rahisi kusali kuliko kujinyima ubinafsi au kutenda kwa ajili ya jirani. Hakika hivyo ndivyo ilivyo kwa sala inayonenwa tu kimoyo moyo. Hata hivyo, sala kama hiyo itazaa tu matunda chache. Sala hiyo haisaidii kutuongoza kwenye uponyaji na maelewano, kwenye raha na furaha, kwa sababu si sala ya kweli.

Yule asiyejaza sala yake na uzima kwa kuipa uwezo wa utendaji kupitia utekelezaji wa dhati hawezi kamwe kupokea jibu ya mahitaji yake.

Mbele au nyuma ya muda, sote tutambue kwamba ni yule tu aliyepanda mbegu nzuri katika shamba la uzima ndiye atavuna mavuno mazuri.

Kwa kuhitimisha mambo yaliyozungumziwa, ni vema tukumbushe tena mashurti muhimu kwa kufikia uponyaji kupitia Roho:

Kujiweka huru hatua kwa hatua kutoka hisia na mawazo yetu mabaya.

Inatupasa kutambua kila siku kwamba sisi ni viumbe wa ulimwengu, wana wa Mungu.

Kuomba msamaha na kumsamehe jirani yetu.

Tukijifunza hatua kwa hatua kuishi kwa njia sahihi kama na hiyo tutajihisi huru ndani mwetu, yaani watu waliokombolewa toka dhambi. Hali mbovu hiyo ambayo ingependa kutuangusha na kutushikilia kwenye hali ya kiutu kama vile chuki, wivu, uadui na mambo mengine mengi. Nia ya dhati ya kumwomba jirani yetu msamaha au ya kumsamehe, nia njema ya kwenda mwishowe kwenye matengenezo, tayari ni hatua ya kwanza.

Kwa kujikomboa toka mawazo ya chuki au uadui na kuwa na uwezo wa kujijaza na upendo, tungepaswa asubuhi na jioni kwenda farhagani dakika chache kwenye chumba cha kimya au mahali penye utulivu. Tungepaswa basi kuhisi, kufikiria au kujieleza ndani mwetu sana, maneno kama vile: «Mimi ni mwana wa Mungu. Upendo ujaze moyo wangu! Sitaki kuchukia au kuchunga uadui ndani mwangu. Pia ninampenda yule ambaye hanijali.»

Tukifikia kutoa upendo bila kutegemea faida, baada ya muda, upendo huo utaturudilia pia.

Apandaye upendo atavuna upendo. Ni kanuni ya Roho: kile tunachotoa, tutakipokea.

Ila, upendo sio tu kunong'ona maneno matamu kwa kusikia. Upendo pia ni uadilifu na unyoofu, ambao ikiwa ni muhimu, huonyesha vipengele vya sheria ya kimungu. Upendo ni kusema mambo ambayo yanahitajika kusemwa. Upendo ni wakati hisia, mawazo na maneno yangu hayana ubinafsi. Upendo ni hayo yote.

Tunachokitoa kinaturudilia mara tena, kinachukua mizizi na kutuathiri. Kwa hivyo, kupokea nguvu za uponyaji kunahitaji kuishi maisha ya uadilifu na kutokuwa na ubinafsi.

Upendo ni nguvu kuu katika ulimwengu wote.

Upendo ndio utu wetu halisi.

Kila mmoja wetu kwa mara nyingine tena afikie nguvu hiyo kuu, ya ulimwengu, upendo, ili tuweze kuchangia ustawi na maendeleo ya jamii ya wanadamu na ya kila nafsi kwa kipekee.

Hiyo ndiyo ninayowatakia wanadamu wen-
zangu kwa moyo wote.

Salamu katika Mungu,

Gabriele

Yesu wa Nazareti alikuwa nani?

Utoto na ujana wake

Kitabuni humu mumekusanywa vifungu tofauti vya ufunuo wa Kristo, ambamo mwenyewe anaeleza hadithi ya maisha yake duniani katika Yesu wa Nazareti, kwa upekee ujana na utoto wake.

S170SW • ISBN 978-3-96446-226-8 • Kurasa 46

Jifunze kuomba

Katika sala ya kweli, unapata maarifa ya Mungu

Sala halisi humfanya mtu awe mwenye raha

Ila, sala halisi huhitaji mafunzo, kwa kuwa sala halisi, tunayoifanya ndani mwetu wenyewe, ni mazungumzo na Mungu.

S174SW • ISBN 978-3-96446-225-1 • Kurasa 54

Amri Kumi za MUNGU

zilizotolewa kupitia Musa

na kufafanuliwa katika usemi wa siku hizi

Ni mashauri ya uzima yenye thamani kubwa inayomwezesha mtu kupata Amani ya roho, uhuru na kumsaidia kumkaribia hauta kwa hatua Mungu, Roho huru aliye ndani mwetu na ndani ya viumbe vyote.

S338SW • ISBN 978-3-96446-227-5 • Kurasa 46

Amri Kumi za MUNGU & Mafundisho ya Yesu wa Nazareti Mlimani

Gundueni Amri Kumi za Mungu zilizofafanuliwa katika usemi wa siku hizi na pia maelezo kuhusu Mafundisho ya Yesu Mlimani iliyofunuliwa na Kristo mwenyewe kupitia Gabriele, nabii na mjumbe wa Ufalme wa milele. Ni maadili ya ulimwenguni pote isiyotegemea dini na inayomlenga kila mmoja aidhuru utamaduni wake. Jaribu mwenyewe, ikiwa inawezekana, kubadili maisha yako.

S182TBSW • ISBN 978-3-96446-289-3 • Kurasa 228

Roho huru
Mungu ndani mwetu

Kitabu hiki kinamwelekeza msomaji kwenye njia ya uhuru na kinamuwezesha kujitenga na imani potovu, mila ngumu na taasisi zinazotushikilia. Njia hiyo ni njia iongozayo kwa Mungu, kwa Mungu ndani mwetu.

S179SW • ISBN 978-3-96446-247-3 • Kurasa 76

Vijitabu vitolewavyo bila malipo

- Mnaishi milele. Hakuna mauti

- Usikate tamaa! Stahimili!

- Mungu ndani mwetu

- Hili ni Neno Langu A na Ω

- Kumpata Mungu!
  Wapi? Na Vipi?

- Uwezekano wa kuzaliwa
  upya katika mwili wa
  mwanadamu
  ni neema ya Uzima

- Mafundisho ya Yesu Mlimani
  Ufunguo wa maisha
  ya kiroho yenye raha

Vitabu hivi vinapatikana pia katika lugha ya kiingereza,
kifaransa na nyingine nyingi pia

Infos at WhatsApp / Viber in English: + 49 151 1883 8742
Infos par WhatsApp en français: + 49 159 08 45 45 05
www.gabriele-publishing.com

www.ingramcontent.com/pod-product-compliance
Lightning Source LLC
LaVergne TN
LVHW020342200726
843507LV00012B/2455